AF542727

Dương Nổ

Dương Nổ

Thơ **Nguyễn Nam An**

Bìa: **Uyên Nguyên Trần Triết**

Trình bày: **Nguyễn Nam An**

Nhân Ảnh xuất bản **2020**

ISBN: **9781989924877**

Nguyễn Nam An

Dương Nổ

Nhân Ảnh
2020

Thay Lời Tựa

"Khi buồn hãy trốn vào thơ"[1]
Tôi làm thơ để trốn...
Nguyễn Nam An

Tên tập thơ bắt đầu là Đi Giữa Mưa Trong khi "lay out" bằng Pagemaker hơn mười năm trước. Laptop bị "crashed"! Tưởng thế là xong những ngày "Đi Giữa Mưa Trong" nhưng một ngày tôi sửa được cái "hard disk drive" và cứu nó. Đó nhờ nghề tay phải để cứu nghiệp tay trái, tay làm thơ!

Đọc lại và thêm những bài mới viết tôi thấy cần lấy một tên khác cho tập thơ; để em đọc em vui. Từ đó tôi chẳng biết chọn tên gì ngoại trừ tên Dương Nổ. Dương Nổ cũng là tên một bài thơ thằng con lưu lạc viết khi tìm về bên nội ở Phú Vang: Dương Nổ - Phú Vang!

Nói cho cùng "tôi làm thơ để trốn"... những ngày tháng năm 2020. Như hôm nay, trình bày lại tập thơ cho đỡ buồn. Đành chịu!

Nguyễn Nam An

[1] Chữ của nhà văn Thảo Trường

Dương Nổ

Đã không còn con trâu và luỹ tre
Của ngày chín tuổi con về Dương Nổ
Quê hương ơi đã bao năm cùng khổ
Mưa nắng trời và thấp thỏm chiến tranh

2020 con về nhìn lại nước sông xanh
Cầu sang chợ Nọ ngó con đò xuôi ngược
Huế bữa trời mưa ướt thân sau trước
Trước nhỏ quá biết gì sau về lại lạc thôi

Con thằng con Dương Nổ xa xôi
Bay qua biển về tìm chới với
Gọi ơi hỡi mà không nghe ai ới
Bác theo chân về trời với mệ với ôn

Cây đu đủ mọc nơi chuồng trâu thuở trước cô
đơn
Trái xanh kín nỗi buồn không nói
Chị hỏi em sao lâu không về lại
Đi mút chỉ đường tà đi đến tóc bạc ra

Đêm viết bài thơ gởi Dương Nổ xa xa
Con nhớ lắm quê nhà hiu quạnh
Trải dài đó đây đã bao lần lạnh
Chùng lòng muốn về không được Phú Vang
ơi!./.

thằng nào nói "hận đàn bà"

Thằng nào nói "hận đàn bà
trừ má tao" đó mới là tổ sư
Tao bắt chước để lừ đừ
Hận thì có hận mà tương tư còn

Thì ba cái chuyện cỏn con
Email, Facebook, lớn, non nước nhà
Em là em Quảng Nam xa
Bảo bỏ hết giờ chỉ là ngày mai

Thằng nào nói con nhà ai
Xinh xinh là một độc tài là hai
Nửa đêm nói chuyện đường dài
Anh hận tất cả ngày mai trừ người./.

anh nợ em một lời xin lỗi

Anh nợ em một lời xin lỗi
Đời chiều rồi thôi đợi đến kiếp sau
Anh làm mọi em là tiên yêu dấu
Gặp nhau vui như đó đó lần đầu

Anh nợ em đúng ra hơn một lời xin lỗi
Xí xóa không nào hay đợi đến kiếp sau./.

2020 Đà Nẵng

Thuở ấy song Hàn bên lở bên bồi
Bờ bên ni trông ngó bờ bên kia đợi
Bây giờ đôi bờ trông nhau chới với
Khi người bên người quên chuyến đò ngang

Em bảo nhớ gì chuyện đã sang trang
Lịch sử thêm xanh khi hồn cổ tích
Khúc này ngày xưa thành phố còn tịch mịch
Anh thả cần câu cá nghịch ngợm bơi

Khi bạn nhảy cầu bơi ngược nước sông trôi
Thuyền qua lại chở đôi điều mơ ước
Mai sau lớn lên làm được gì cho nước
Chưa làm được gì một lần đó bỏ đi

Hơn bốn mươi năm sau trở về con sông đổi
khác đi
Cá sơn bóng loáng cá dìa đâu mất
Như tên đường xưa anh tìm trong hiu hắt
Thành phố lột mặt cười ngăn cách chia phân

Cờ và bích chương đỏ phố khoe ầm
Ngày nón cối ngác ngơ đường phố
Trong lòng quê hương chúng nó thay nhau bổ
Bán và chia Đà Nẵng lạ từ khuya..../.

Quê hương

Quê hương lạ hậu cứ không
Chỗ xưa giờ đó mênh mông gì trời
Tìm anh em, đã lạc rồi
Tìm tôi, tôi lạ ngậm lời hờn căm
Đó đây cái mặt chằm bằm
Của thằng nào đó băm vằm quê hương

Tranh Nguyễn Hữu Thời

Những đám mây đen trên thành phố
Bây giờ bàn tay sau kẽm gai
Sao nhận ra ai từ con mắt
Mũi miệng thời trang "khẩu trang" cài

Nghe nói Sài gòn nay xuống phố
Như tranh toàn người đeo "khẩu trang"
Hàng quán lơ thơ dăm khách tới
Cao ốc buồn mây đen hoang man

Nghe nói Sài gòn nay rao bán
Hàng rong thời điện tử long đong
Tiếng rao lanh lảnh theo từng phút
"Mì nóng dòn đặc ruột" ăn không!

Nghe nói Sài gòn lên cờ quạt
Biểu ngữ căng đầy "nổ kho bom"
Ai "được làm vua, thua làm giặc"
Nhìn căm gan nghe chúng sũa om xòm

Nghe nói Sài gòn nghe đủ thứ
Bây giờ đất cát đó đô la
Hàng rong góc phố ưu tư ngó
Vé số em mời nghe xót xa

Bạn kể khi về nơi chốn cũ
Nhà xưa chúng lấy "cải tạo" nay
Nhìn không ra nữa ngôi biệt thự
Hết sân vườn nay cao ốc vươn tay

Nghe nói Sài gòn nghe đủ thứ
Nhìn tranh buồn đủ Nguyễn Hữu Thời
Từ sau 75 quê hương mới
Lộn tùng phèo lộn chóng mặt thôi

Nghe nói Sài gòn, nghe, hết viết
Viết buồn nhiều mà nín căm gan! ./.

Chẳng lẻ

Chẳng lẻ tôi về Sài gòn
Nghe "chữ nghĩa mới" tưởng còn đâu đâu
Quê hương đất nước rầu rầu
"Xã hội chưởi nghĩa" đến đâu hả trời./.

để thở, anh làm thơ

Để thở, anh làm thơ
Em bảo, thôi đừng nữa
Một lần... em để hở
Trốn vào đây, dại khờ!./.

mơ

Đêm mơ em gọi mớ à
Có tên ai đó thời xa, thời gần
Không em, thấp thoáng mùa xuân
Bên tay phải ấm thân gần, nửa đêm./.

tầm xa cũ tọa độ xưa

em đi phía trước là đồi
ngàn xanh tọa độ một thời khó quên
em đi phía trước là tên...
trên bản đồ chấm trên miền ước mơ./.

bài lục bát thứ hai năm 2019

hỏi bây giờ mấy tuổi rồi
đâu hồi năm nọ còn ngồi bắn bi
để bây giờ tới lui chi
mấy mươi vẫn thấy hồn khi trở về

nhí mà ghê, phá trời chê
tội tôi xóm Thuận Lập B quê nhà./.

Tháng hai mưa rớt

Đội mưa mà đi lên trên núi
Em chỉ tầng mây thấp dưới kia
Nơi đây? Không biết mà vui quá
Lành lạnh hồng thêm má em hồng

Mới có tháng hai năm còn đến
Mười tháng cứ vui mà đường xa
Khi thấy đất trời bao la quá
Lạnh rồi đây áo ấm quàng qua

Anh trốn việc làm đi cho hết
Cuối đường xa lộ một lẻ năm [105]
Ai biết vài lần xe chạy lạc
Em cười ngày cứ thế vui quanh

Không biết nơi đây là đâu cả
Lạc rồi [... trốn việc với phố xa]./.

con lính miền xa

con lính miền xa bây giờ xa quá
đi nửa địa cầu không thấy mạ ơi
tối tối phố phường đỏ xanh chới với
đâu một lối về bếp lửa xa xôi./.

Sài gòn đường cũ Hồng Thập Tự

Sài gòn đường cũ Hồng Thập Tự
em về không lạ, anh không quen
hỏi em tên mới, tên gì đó
[con bà nào thời phá nước non!]

sáng ở trên cao nhìn xuống dưới
đường xe ngộp thở với quê hương
quê hương bốn mươi năm lạ hoắc
bịt mặt mà đã nát tan hồn

Sài gòn đi ngang Dinh Độc Lập
đỏ này biểu ngữ cứ huênh hoang
lạ gì láo khoét loa dầu phố
lịch sử đổi thay đám phường tuồng

Sài gòn cứ thấy "phường văn hóa"
nham nhảm những lời xạo chết cha
tôi cười nhắc em ngôn ngữ đó
đừng dùng [quái đản nghĩ không ra]./.

ngồi nhớ quán, quán đường Yên Bái

ngồi nhớ quán, quán đường Yên Bái
Trần Ngọc Anh chở thằng Mùi Lê
[thời tiểu học đi về bằng xe đạp]
giờ Honda vẫn cứ thế rề rề

tụi trong lớp đang ngồi chờ mi đó
nhìn ra Hân, Mùi Nguyễn, Trần Ngọc Quang
[thi đệ thất mi đậu hai-bảy-tám (278)]
chót nên mừng hơn Lê Đỡ thủ khoa!

ngồi nhớ quán, quán cà phê sáng
... đã nguội rồi có uống gì đâu
nhìn bạn cũ một lúc đời vui đủ
bốn mươi năm mới có lại lần đầu

tao sáng nay dậy thấy trên Facebook
Trần Ngọc Anh, Nguyễn Đình Cảnh, thầy Khoa
người thầy Pháp Văn thủ banh tay trái
với học trò trường có một không hai!

thành nhớ quán cà phê đường Yên Bái
quán tên gì cóc biết [hỏi Ngọc Anh!]./.

bài thơ cũ [trời ơi]

lúc đó một lần những ngày mới lớn
biết ngó mây trời và [cà chớn như nhau]
anh cũng vậy những ngày đầu mười mấy
biết nhậu đâu mà cứ thấy say say

thơ như hạch viết xong rồi đem dấu
viết cho ai [lên hỏi thử ông Trời]
Trời đỏ mặt thơ gì như châu chấu
chữ bên này thêm chữ nhảy bên kia

anh [nhảy nhảy hai hàng] xong [chấm chấm]
nhớ [ai đây] thêm [bỏ lửng] quê rồi
em nhắc nhớ đó thời bao dấu lặng
giữa hai trường con đường nắng mưa quen

giờ con xóm nhà xưa anh đã mất
bức tường vôi nét bút vạch thơ thời
hết phép lính ở thêm chơi chờ Tết
biết thương người lên núi nhớ trời ơi

đâu ai biết thơ xưa tân hình thức
nhảy lung tung một lúc trúng ngay mình
như em đó bâng khuâng đôi hồi thức
nên ngẫn nhìn bài thơ cũ trời ơi ./.

nhớ một tờ thư xanh

sớm mai, vui chạy lên trời
ngồi đó một lúc và rồi xuống chơi
trang nhà ai, có một người
trồng hoa lan trộm, chôm tôi một bài
một bài, qua đó nhà ai
xưa hái trái ổi đường dài vẫn chua
ăn không, cho đó ổi chùa
cây lá của họ, trái mùa vui tôi

ăn không, mốt trả nụ cười
mang về móc giữa một thời bé con
những ngày bắn lộn trên non
bé con là ổi vẫn còn trên cây
sớm mai, lật đật chốn này
chạy lên trời thấy đời đầy phi cơ
chạy xuống đất, có những giờ
nhớ em như nhớ một tờ thư xanh./.

sáng nhìn hình bé con ở An Lộc

ngày anh lớn khôn đi chưa biết quê hương
những địa danh cuốn mình trong sách vở
chiều chiến trận tiếng súng im người thở
bên người với người mới gặp biết đâu xa
bên người với người dân tác chiến bôn ba
anh gặp lại bạn cùng nhà trong xóm
tao mày ngờ đâu lên non hô hoán
chơi trò trẻ con bắn súng [không vui!]

sáng nay nhìn hình An Lộc trời ơi
buồn chết được các em thời đất nước
chơi trò bắn tăng bằng ống [M72] lượm được
trên quê hương mình nghèo bên xác chiến xa
hư
nhìn hình các em buồn đến đã nư./.

Dec-04-2008

bài thơ sau 30 tháng 4, 2017

coi bộ không xong này thơ này thẩn
ta vịn vào người sống mấy chục năm
mấy chục năm thấy đời đà lọng cọng
chết dần như quê ngày bỏ một lần

ngày một tháng năm sáng đi vào sở
ngày hôm qua lúc đó bỏ nước đi
ai ngờ hơn bốn mươi năm ở Mỹ
đời vẫn như chạng vạng đó bao kỳ

coi bộ không xong gì gì đất nước
chúng nó bán dần cho rợ bắc phương
gom góp đủ rồi tìm đường đi Mỹ
mới ngày xưa hò hét chống mới kỳ

coi bộ không xong buồn buồn chồng chất..../.

một bài không tên

thiên hạ về xuôi ta đi ngược
âm thầm bỏ nước [bạc vàng theo]
bây giờ hốt hốt cho đầy túi
mang đi. đất nước đó thêm nghèo

sáng nay chán quá đây đời sống
một thuở chạy vòng trở về không
ta tu không nổi nên giờ sống
như gấu mùa đông ngủ giấc vùi

em bảo to gan và lớn mật
không đâu như lính tráng thời xưa
đôi lúc quay về như mùa lớn
coi trời bằng vung giữa đời thừa

đời thừa không vui ngày thua độ
cũng may em đến được đỏ tình
thứ hai lại đến đi làm tiếp
một lúc rồi phải có bình minh./.

Gardena

một căn gác trọ to to
tiếng đàn vọng ra nho nhỏ
ngày vui của em ở đó
hôm nay, khoan đã ngày mai./.

hai đứa hai nơi

sớm này tôi lạng quạng tôi
nhắn cố xứ, nhắn tơi bời, tới chưa
nhắn rồi hết ngủ nên giờ
gối chăn trống trải bài thơ chạnh lòng./.

từ Irvine nhớ về Sài gòn

giữa ngày anh chạy qua sông
tìm em một lúc về đông lạc đường
giữa Sàigòn vốn xưa thương
không còn nữa khắp phố phường kẹt xe

bàn chân qua lại vĩa hè
mắt xa dõi bước tình nghe lạc rồi
về Sàigòn lại mồ côi
gọi anh, xa đó, đâu rồi, mới đây

chân Sàigòn quấn quít này
mắt Sàigòn đó giờ đầy công an!

trở lại đường Gia Long Đà Nẵng

ngày em trở lại Gia Long
căn nhà cũ đó quán đông em ngồi
gọi anh, giờ sáng, bên trời
anh thức dậy nghe tiếng cười Việt Nam

và rồi nghe lại âm vang
đường Gia Long cũ nát tan tên rồi./.

mở cho anh một chai bia

mở cho anh một chai bia
anh uống rồi viết lia chia đời này
đời này lúc có em đây
em mang cố quận theo mây em về./.

chào Việt Nam

buồn buồn anh mở chai bia
nhớ em bất kể đêm về Việt Nam
bốc phone gọi, ới Sàigòn
đi đâu lâu quá lạc con đường nào
Sài gòn em ở nơi nao
anh nhớ, gọi chỉ muốn chào Việt Nam./.

nửa đêm

nửa đêm ở chỗ bây giờ
chỗ em tay gối chỗ kề môi thơm
nửa đêm chợt ấm con đường
tiếng xe đâu vọng vô thường đến đi
nửa đêm tí-tí thầm thì..../.

thấy chưa quê nhà

Đường của em đường của tôi
Thuở dưới mười tuổi, thuở vừa đôi mươi

Mười bảy tôi bỏ đi rồi
Hai mươi tôi không trở lại khi môi cười em xa

Chục năm qua hai chục năm qua
Một đứa lưu lạc miền xa chưa về

Một đứa rồi cũng xa quê
Gặp nhau lại hỏi gì về đường xưa

Ngày qua xa mà không xưa
Nằm nghe anh hỏi thấy chưa quê nhà./.

về phép má cho thằng con

bà già dúi dúi vào tay
sợi dây chuyền nhỏ nói này cất đi
biết ngay má sợ lạc thì
bán để sống thuở li bì chiến tranh./.

đọc thơ thời chiến miền Nam

đọc thơ thời chiến miền Nam
sang trang từ dạo...[tan hàng đó đây]
thấy em nhỏ bé từ ngày
thấy tôi cũng vậy nào hay vào đời

rồi một ngày với biển khơi
trôi vô cùng tận hết rồi ước mơ./.

TrCiVi

khi mùa nắng em là mưa tháng hạ
và khi mưa em là nắng hiên nhà
anh ở nơi đây những ngày nắng lửa
nhớ em ngày mưa thân ấm Cutie./.

buổi trưa gọi tình

bây giờ là trưa như những trưa hôm trước
nhưng trưa hôm này, trưa lạ, thứ tư
hai hôm nữa anh rước em về ngự
để mùa thu theo gió lú xa nhà

nơi anh ở là nơi em từng đến
là nơi anh từng ngóng cổ ngó lên
đợi em đó như đời thiên thu ngó
đó mây ơi thời anh đợi mây này./.

lại gần

lại gần biển của mênh mông
của xanh xanh sóng của gần gần tay
lại gần biển của một ngày
bỏ làm bỏ học bỏ nay mai rồi
đi, cưng, hãy đi, ngày vui./.

con mắt đêm qua

đây là con mắt đêm qua
giống ơi giống quá vân à lúc vui
cũng như lúc thiếu tiếng cười
đây quê quán cũ và người là em./.

Cẩm Vân

anh ngồi nhìn mắt xa xưa
hình như dạo nọ cũng vừa hôm qua
nên trong đó thoáng quê nhà
nên trong đó nhuốm chiều tà cố hương
lúc dừng xe đứng bên đường
để giờ vẫn đó nỗi buồn núi sông./.

những ngày em gọi

những ngày em gọi "anh ơi"
là anh còn đó dẫu đời hỗn mang
dẫu mùa thu nọ thêm vàng
anh vẫn mặc để cười vang với tình./.

ngày em còn học Nguyễn Hiền

mười bốn ngó tới mười lăm
em mười lăm tuổi tôi xa xăm rồi
lưu lạc nay gặp lại đời
lòng xe em nhắc lúc thời mười lăm
áo tắm mới mướt lưng trần
biển quê hương vọng tần ngần nhân gian./.

lạ

lạ nhà đêm thức nghe mưa
lạ chân nhưng ấm thân vừa đủ em
gối tay này sợi tóc mềm
gác này chân để ngày quên đường về./.

đâu vườn dừa xanh lá

vườn dừa xanh tóc em xanh
bốn mươi năm lạ nhìn quanh kiếm hoài
tôi này của thuở choai choai
thuở chấp hết chẳng biết ai là trời

giờ gặp em lúc tình vui
theo về quê quán đứng bùi ngùi đây./.

nhà cũ đường Gia Long cũ

dừng lại cho quen chân một khúc
Gia Long thời cũ đã đi qua
xóm ơi từ thuở ta xa đó
tên đường đã lạ với kiệt hoa

tọa độ ngày xưa nhà ba mẹ
ai người chủ mới đứng ngó ra
ta chỉ đây căn phòng ta học
thơ viết trên tường đã tiêu ma

dừng lại cho ta quen con mắt
nhà tôn, ám khói, mái chen nhau
ghé thăm bạn cũ giờ đã mất
Phạm May, Hoàng Quốc Trung, dàu dàu

bọn ta lính tráng còn dăm đứa
mất dần sau lần đó tang thương
tao về thấy đỏ cờ muôn hướng
nghe hoài bài bản vở tuồng đang

đến hồi xé nát tan đất nước
đến hồi chúng nó bước nghênh ngang
dừng lại ta nghe cay con mắt
đám chệt làm càng đám chuột bắc đang..../.

một ngày mưa

một ngày mưa một ngày thừa
niềm vui và nỗi buồn chưa nhú đầu
giã từ quê quán đi đâu
đâu cũng được miễn có nhau đời này./.

lang thang đường chợ cũ Đống Đa

chỗ này thuở đó ngã ba
hàng quán nên chợ giờ tiêu ma rồi
đi về tôi đó khơi khơi
tìm chi dấu tích một thời Đống Đa
bây giờ nhà của người ta
rất lạ mặt và rất xa màu cờ..../.

mẹ

từ đi, anh con bà sơ
ngóng về, anh đứa con chờ mẹ xa

qua đây đến lúc mẹ già
mẹ té, nằm liệt ngày qua mà buồn
chiều về đút mẹ muỗng cơm
nhìn quanh thấy chẳng gì hơn bùi ngùi

như một thời thủ chốt côi
anh em giờ chỉ còn thôi hai thằng./.

cà phê Khúc Thụy Du

đây là ngõ cũ đường xưa
lúc em còn nhỏ anh vừa đôn quân
bây giờ em lớn về cùng
anh kẻ lạ của đây vùng lạ luôn
lạ tên đường lạ quê hương
lạ tên Khúc Thụy Du buồn cà phê./.

chiều đút cơm cho mẹ

chắc là từ thuở ấu thơ
cơm mẹ đút con cứ vờ không ăn
bây giờ đến lúc mẹ nằm
yên một chỗ, cơm vài lần phun ra
cũng may trong cõi người ta
mẹ không còn nhớ, mẹ già hôm nay./.

chiều mưa một mình

biết mà mỏng mỏng một ly
cũng là uống đó nhiều khi đỡ buồn
đến đây coi bộ cùng đường
và coi bộ không bình thường đó đây

biết mà mỏng mỏng đưa cay
và đưa say bởi chiều nay một mình./.

buồn buồn

buồn buồn ngồi cá độ chơi
cá rồi chới với như hồi em la
tưởng đâu vô... lúc tình là
[nhưng trái banh chạy trật cha khung thành]./.

bài gửi V. Đà lạt

bây giờ Vân, Trịnh Cẩm Vân
ở trên Đà lạt, chút gần Đà... xưa
hỏi đà mô hay Đà... vừa
em bảo Đà Nẵng Nguyễn Hiền chưa xa mà./.

cứ tì tì rượu tôi vô

cứ tì tì rượu tôi vô
tỉnh bơ như thuở tình cờ một ly
thấy Trường Sơn núi xanh rì
thấy chinh chiến nộ khổ đi khổ về

uống rồi chiều chốt trên kia
trèo lên thí mẹ bốn bề tịch liêu
trèo lên sống chết tiêu điều
trèo lên muốn hụt hơi điều muốn la

bạn bè lính khổ thân xa
còn mấy đứa tọa độ là... lạc nay
thành tì tì như ngày này
mình tao uống để thấy mây đầy hồn ./.

địa chỉ ở Sài Gòn

vẫn giọng đó thuở vào đời lính tráng. tìm ra
địa chỉ nhắn về nghe hỏi [phải... Huế không?]
dạ rất Huế khi vào ngay tần số. chiều vui mà
bùi ngùi nghe em hỏi này anh.

giọng cố xứ mô, chừ Sài Gòn quá xá. anh yêu
miền Nam mà như lúa gạo thật thà. thằng
Danh Nít nói thua... ông về quê tui ở [hỏng có
tụi nó đâu mà, Rạch Giá gần thôi].

Danh Nít gốc Miên xưa chung trung đội. cú
phép ngày quốc lộ 15 rồi kẹt ở quê nhà. mày
đang ở đâu Kiên Giang, Rạch Giá. Xuân Lộc,
Long Khánh xa rồi mà gần quá tụi mày ơi.

nhắn về Sài Gòn nghe tin kế toán trưởng. nhớ
anh Phương ngày Đất Đỏ phát lương. ai biết
cuối cùng tan hoang mất nước. dù bung bên
đường huyết lộ tan thương.

vẫn giọng đó, anh Phương, thằng em đó. nợ
anh sáu ngàn từ 1975 ./.

dù đã lạc núi sông

đó năm mày mười bảy
đứng ở Vương Mộng Hồng
may ông già còn giữ
cất hơn bốn chục năm

sáng ba mươi lẳng lặng
gửi như nhắc nhau thầm
đã bung thì cố gắng
dù đã lạc núi sông... ./.

gặp lại dì út ở Nha Trang

trở lại, trở lại đường con xóm
ngày xưa sáu tuổi bắn bi con
[dì hỏi, sao giờ không đi học!]
hơn nữa đời sau nhắc lại còn...

trở lại, trở lại dì nay điếc
nhìn con, con mắt cứ tròn xoe
dì nhắc ngày xưa con còn bé
tao bồng lúc đó đỏ hoe hoe

đến ngày con lớn đi mất đất
hơn bốn chục năm gặp lại dì
đây đất Nha Trang còn quê quán
ngoài kia mút chỉ đó đường đi

trở lại, trở lại thời con lính
tàn cuộc không về mẹ dì mong
mấy năm tưởng chết nhưng còn sống
đời lòng vòng gặp lại vui không

gặp lại vui không sao dì khóc
hình như con đó tiếng khàn hơn
ở đâu cũng đỏ sao mà chán
chỉ cuộc đời, dân, vẫn cứ đen! ./.

giả thử

nếu mà em giận anh
bắn bằng [em mười sáu] M 16
đừng nã bằng AK
tốt hơn đừng gì cả

[súng đạn đó đều của người ta!]

không đứa nào xuống đường
không đứa nào ngủ ghế
không đứa nào ngu ghê
hòa bình và cứ thế

thì thôi đừng giận anh ./.

hai cái thẻ bài nay còn một

lúc đó cái chết gần quá xá
như nón sắt ba lô ngày qua
thẻ bài đeo cổ mang cạo gió
lòi số quân, tên họ là ta

con chết thẻ bài về cố xứ
nhớ ở trong hồn nơi mẹ mong
từ cha lính mất nay con lính
trận mạc vô tình tin mẹ kinh

tháng tư con đâu không về lại
lặn lội đi tìm nơi quán quê
ba năm không thấy con thằng lính
rồi đó ba năm chẳng tin về

lúc đó đất nước mình rã đám
con mẹ tan hàng bỏ nước non
chỉ cặp thẻ bài đeo trên cổ
cho gái ngày xưa, chỉ một còn

ai nói lúc nào [như vậy chết!]
thì bỗng giật mình [thật vậy sao!]
thì chết từ năm nao bỏ nước
đâu đến giờ ngồi nhớ lao đao./.

Hello Sài Gòn

Hello Sài Gòn ngả tư Bảy Hiền vàng điện
Đoàn quân xa đêm Lữ Đoàn di quân
Có lúc anh theo em về vùng đất đó
Trại Hoàng Hoa Thám mất rồi cùng những cánh dù bung

Hello Sài Gòn Tân Sơn Nhất mông lung
C 130 hạ Tiểu Đoàn về ứng chiến
Tuổi 19 dần chai trong những ngày dâu biển
Đất nước co dần kẻ lớn lặng lặng dông!

Hello Sài Gòn tháng cuối trông mong
Những Phù Đổng con súng còn đạn thiếu
Qua sông ở Phước Tuy bỏ mọi điều tất yếu
Để được trồi lên sống sót quay về

Hello Sài Gòn từ đó xa quê
Em hỏi tôi... [chưa lần về em nhỏ] ./.

mõi bên chân trái đầu ngày

Nhờ hai ngươi lội một đời
Nhờ hai ngươi cũng một thời đó đây
Sáng nay chợt mõi theo ngày
Chân bên trái nhớ bàn tay bên trời

Anh nằm nhớ tới nhớ lui
Thời tận cùng khổ theo đời chiến tranh
Tưởng quên lâu bỏ không đành
Nên thời lính tráng đời xanh cột rồi

Nhờ hai ngươi trút buồn vui
Ít người nghe nữa bùi ngùi miền Nam./.

lạc chợ trôi sông

những ngày lạc chợ trôi song
nửa đêm thức giấc ta nằm ngó ta
cõi trong chữ nghĩa ta bà
đùa chi để khổ phận ta và người ./.

mẹ cánh đồng gặt không còn lúa

mỗi ngày về thấy mẹ ta
buồn như ruộng lúa mới vừa gặt xong
thời vỡ đất cái con đông
bây giờ hiu quạnh ngó đồng quạnh hiu
bây giờ đó có bao nhiêu
đời mẹ cho hết để chiều ngồi đây./.

thứ sáu trước ngày Labor Day

một ngày lười biếng, ngày trước lễ
vào sở ngu ngơ vài ba thằng
mở đọc emails rồi... tai lắng
nghe đời lặng xuống, ly nước trong

thiên hạ đi xa rời thành phố
chạy trốn ồn ào cát bụi đây
bao năm, cứ bốn bề, cao ốc
trăng mảnh vàng xưa lạc nơi nào

ta đã từ lâu quên mất núi
căng lều đất trại đốt lửa lên
đêm nghe chuyện cũ trong đời mới
cố hương ơi nhớ núi thương rừng

nơi tuổi trẻ xưa lừng khừng bước
tuổi không còn trẻ lúc ngoái lui
tiếng xe khuya vọng làm thao thức
bạc tóc nào hay chợt bùi ngùi

một ngày chợt thấy như thừa thải
chiều về gặp bạn cụng chai bia
nghe tin người chết và người sống
rõ là đây đất tán nên lìa

nên kệ mẹ tới đâu thì tới
cùng lắm một ngày thẳng tay chân
tao viết bài thơ đem gửi trước
về Vân quê nhà về Tustin xa ./.

bia mà lúc uống một mình

tao ở nơi này ngoài bia còn củ kiệu
từ thứ sáu về, qua thứ bảy, hôm nay
lai rai mình ên thùng hăm mấy hết
mày houston qua còn ở chốn này

ở đây bạn bè tìm nhau hơi khó
bia rượu hề hà mà thiếu đứa dô
tao lấy một chai cụng cho mày không thấy
rồi thêm chai cho tao thuở ngóng đây

ngóng mây ngóng ai cũng thành dài cổ
đi ra đi vô mở tủ lạnh tìm mồi
chai bia nó nghinh, tao bực mình tóm cổ
mở cái bóc rồi dô hạ hỏa một hơi./.

một người già trong chung cư

một ngày, một ngày nghe trơ trọi
nằm buồn mở lon bia lai rai
đời ta hề số con gì mãi
lận đận tùm lum cứ thế hoài

buổi sáng mẹ dậy phòng xú uế
con cái xưa đông nay mình ta
hỏi mẹ tả đâu mẹ ngơ ngác
mặt ngơ ra như trẻ không nhà

thứ hai thí bà khai nước đái
quần ướt mẹ già giấu đâu ta
đã thấy cái tả nằm một góc
ướt nhèm quần với áo tìm ra
xông mùi lên thế giới tơi tả

một ngày không còn chi sáng giá
em út tôi trốn mẹ đâu xa
một thằng dắt gia đình đi mễ
sang cancun nghe bộ sang ta

đ.m. đi chẳng nhắn gì một tiếng
coi bà già như chuyện người ta
ngày tao bảo trợ mày sang mỹ
đâu nghĩ tao ngu đến thế này

một ngày, một ngày quanh tôi thấy
muốn khùng theo mẹ lúc con quay
út ơi năm tuổi lưng chừng đấy
thương ba ngừng lại ngóng phương này

nơi ta buồn buồn không muốn sống
nơi nội rất già đang trông mong
còn được đứa nào để dắt cõng
lúc bềnh bồng đầu óc như không

mẹ tôi bây giờ đã chín chục
khật khùng trong cõi lạ mênh mông
sống quanh đây đó con vài đứa
chờ hoài sao cứ trắng mây không ./.

bài tính trừ hơi khó

một sáng thức thấy đầy trong ngực trái
ngày sáu mươi hay một chín sáu mươi
sao cũng được, tuổi chỉ là số đếm
cộng làm chi trừ mẹ nó thêm vui

trừ một, trừ hai, trừ dài dài đó
một ngày trừ em đời có một thân
cơm hàng cháo chợ buồn đi vui ở
mà đỡ hơn những lúc bị cằn nhằn

bây giờ cám ơn lúc em nghe thiên hạ
thả ta giang hồ tưởng chết mà không
sống hùng sống mạnh như thời lính tráng
dám coi cửa nhà danh phận, mẹ, phù vân

ở sở viết chơi bài tính trừ hơi khó
bỏ túi mang về bởi tiếc câu thơ
ta một thời sống nhờ ngươi chữ nghĩa
những khi đời hoài tuột dốc bơ vơ

một sáng thức bỗng nhiên nằm ta nhớ
đời cà chớn ta quê cũ đến tha phương
bao mơ ước theo tuổi già rớt xuống
quay lui thường buồn vậy đó mà thương ./.

hỏi vân cố xứ xa gần

hỏi vân cố xứ xa gần
đường bay hai tiếng đôi lần đó quê
nguyễn hiền đã lạc trường về
còn gia long cũ nhiêu khê tên người

hỏi tôi, tôi ở bên trời
trong dầu địa lý cũ thời ra đi
những tên đường cũ gì gì
những nơi chốn cũ là vì lỡ thương

như thương người nên thương trường
... ./.

bạn bè cứ rớt như mùa lá

lại nghỉ một ngày thứ hai cho tuần ngắn bớt. để
được ba ngày dài đùa cợt nhau chơi. anh ra
quán cà phê thấy dọc ngang thiên hạ. của thời
ngang dọc thuở nào nhắc tới chơi vơi. rồi lái xe
về bùi ngùi chữ viết.

ôi lính tráng vẫn chưa qua sao nhòa nhòa nuối
tiếc. Cung Thế Hồng Minh chết giữa đời Phạm
May nối theo đuôi. hai thằng mày toàn Pháo
Binh 175 ly cơ động. đóng Non Nước gần Đà
Nẵng mà, tàn cuộc tưởng sống, chết non thôi.
thỉnh thoảng thấy hình ngày qua mà tội.

hôm nay tao được một ngày gác chân cà phê
ngó tới. mà sao không được tụi mày chỉ ngoái
lui. ngó lui thấy xóm ngày xưa Thuận Lập.
những con nhỏ lúc đó coi thường mà giờ đẹp
chết cha!

giờ ai tình cờ đọc thơ nhớ xa xa. tao tạ lỗi với
bài ca con cá. thuở đó anh ngu nhưng giờ
không ngu đã. xa biền biệt phương người với
bước lạng quạng đây.
bài thơ này chỉ xin gửi cho mây! ./.

bia vô ngày họp lớp ở đà nẵng

[hình Facebook - Trần Ngọc Anh]

nhìn thằng nào cũng ra ông
ông thần nước mặn những lần xỉn vô
mà thôi biết đến bao giờ
còn gặp lại thuở mơ hồ đời xa
mà thôi có biết sao ta
mai đột ngột nghỉ chơi và nằm luôn

nhìn thằng nào cũng da xương
chừng sáu chục ký cõng buồn cố vui
hình như xỉn mẹ nó rồi
phun ra cùng với miếng mồi, xưa ơi
lúc trường còn chỗ nhớ vui
lúc người còn trái tim người với nhau

đất và nước cứ chìm sâu
bạn bè cũ cứ theo nhau về trời ./.

buồn

ta về xách một thùng bia
mẹ đi phía trước đến khuya mới gần
chỗ ở mướn, tạm trần thân
vậy mà cũng bốn năm năm nay rồi

ta về mở lửa làm mồi
uống say rồi đó mai đời tính sau
mà rồi cũng chẳng còn nhau
sống như chết đó nhàu nhàu từ khi

ta về cạn kiệt rồi đi
đi đâu chẳng để một câu này người./.

Mother's Day

[Má té nằm liệt giường hơn năm rưỡi]

Ước mơ con ngày lễ này
Mẹ đi được! Ra tủ lạnh đầy... kiếm bia
Kiếm được con biết mẹ chia
Chai của mẹ, chai nữa kìa, của con
Cho một lũ lúc xưa còn
Nay dăm ba đứa héo hon đợi hoài./.

những ngày giữ "chốt mẹ tôi"

đọc lại đời với thơ vơi
thấy tôi thuở đó nay rồi tôi đây
cuối tuần giữ mẹ nơi này
vết đau trên giấy ghi đầy hồn nay

chốt mẹ gầy chốt chân mây
quạnh đêm trống vắng quạnh ngày nhớ quê
con theo cơm áo đi về
mẹ đôi khi kể rên hề nghe đau

mẹ nằm không biết mai sau
không nghe hiện tại ngày rầu rầu qua
con gần đứa một mà xa
dăm ba đứa đó ít qua lại nhà

đọc lại đời với thơ xa
tôi bao ngày với tiếng la quê nhà
quê nhà trong xứ người ta
trong bao la mẹ trong nhòa nhòa mây

hơn bốn mươi năm ở đây
tôi xưa thằng lính giờ đây thằng cù
cù lần trong cõi xa xăm
ngày đêm giữ chốt âm thầm mẹ ơi

em là mây của tôi trôi
nay qua dặm biển nhớ người nhắn chi
đêm nằm giữ thuở phân kỳ
chốt mẹ nặng vẫn gắng vì anh thương./.

gọi em là mây cố xứ

thật tình chữ nghĩa giờ đâu mất
thành nỗi buồn lâu cứ nghẹn hoài
em ở quê nhà đôi khi hỏi
ấm lòng lưu lạc [chẳng còn ai]
tôi ở nơi đây ngày sót lại
một lúc buồn vui chữ nghĩa đầy
bây giờ chiều trống trong trang giấy
bài thơ bay, theo mây, theo mây
sáng mai mở mắt ra còn sống
thì mừng đà nẵng nhớ anh không
anh con [bà phước] nơi đây ngóng
chờ mây qua, sang sông, sang sông./.

một ngày

một ngày tẩu hoả nhập ma
đọc hoài lính tráng rồi là nhớ quê
lại như tan nát dầm dề
ngơ ngơ ngác ngác đi về đâu ta
đâu cũng đất lạ đường xa..../.

bài thơ tên chưa có tặng con

[khi con băn khoăn hỏi trong bài viết về tháng 4 của "thằngViệtđó"]

nhìn con tuổi đã chừng hăm mấy
đêm ngồi đọc lại những ngày xưa
bây giờ vàng đá trơ ra đó
đã mấy mươi năm nhắc lại thừa

câu thơ gửi oan hồn uổng tử
anh hùng vô danh với nước non
từ lính tới Nhân Dân Tự Vệ
nằm xuống ngày chung cuộc mất còn

câu thơ gửi bạn bè dưới mộ
chết, mười chín tuổi, mất xác luôn
chợt thấy chiến tranh này bá láp
cuối cùng chỉ đất nước tan hoang

chợt thấy chiến tranh này bậy thiệt
những thằng ngoài Bắc vượt Trường Sơn
những đứa trong Nam ra đầu tuyến
sau lưng toàn ma quỷ, buồn nôn

cuối cùng lòi ra một đám xạo
tranh giành kiếm chác, bán nước non
lũ chúng nó quá hèn với giặc
mà dân mình thì ác còn hơn... ./.

ở hai đầu mười ngàn dặm

ở hai đầu mười ngàn dặm
biển và mây đều mênh mông
đứa này biết đứa kia ngóng
tưởng vài hôm cả một tuần

giờ tháng tư Sài Gòn đỏ
chẳng tò mò chuyện mỗi năm
giờ tháng tư xa xôi đó
nỗi buồn xưa thức dậy thầm

em và anh mười ngàn dặm
chợt chỗ nằm lạnh mùa đông
dầu hôm qua là hăm chín
dầu hôm này hận ba mươi
tháng tư!

về đi ở chi lâu dữ ./.

qua cầu Cỏ May Phước Tuy 2018

thế rồi ngó lại Cỏ May
nhìn không thấy nổi một ngày ta qua
dầu đăm đăm với quê nhà
Phước Tuy chợ Mới nhòa nhòa, xa xưa ./.

sáng nghe đích thân ung thư dí

bây giờ đích thân nằm bệnh viện
như tạm rời vùng mổ ung thư
mẹ kiếp [ung thư như Việt cộng]
đi đâu chúng nó cũng mò theo

Tết nhứt một ngày không mấy khác
tin buồn như vậy cứ theo xuân
mẹ năm con khỉ đời sống khỉ
con gì cũng vậy thấp cao cùng

mẹ tôi ị xong tay đầy c.
gọi đó tưng bừng thứ bảy nay
tôi thằng anh lớn thân nằm chốt
em út chạy đâu tháng năm này

tôi sống một ngày không mấy khác
ra vùng kinh tế mới nơi đây
không biết đời quanh thay tới tấp
trước mẹ già bệnh sau mồ côi

sáng nghe đích thân ung thư dí
chiều về nhìn mẹ đó ngây ngô
thằng lính năm xưa còn tiếng thở
dầu biết giờ sống với bơ vơ ./.

ta hỏi lòng ta khi rời đất nước

ta hỏi lòng ta khi rời đất nước
về đâu phận này lính tráng mồ côi
ngày sau trước tàn cuộc rồi bối rối
mẹ cha đâu và cật ruột rồi đâu

ta hỏi lòng ta hỏi sau hỏi trước
hỏi lạ hẩm đời hỏi chới với lui
căn nhà cũ mẹ ngồi trông không tới
em đợi anh nơi xa lạ tiếng người

ta hỏi lòng ta chiều ba mươi trông bến nước
Gò Công, về đâu gửi phận thuyền nan
M16 và vài trăm viên đạn
cổ thẻ bài nặng trăm nỗi hoang man

ta hỏi lòng ta ôi sao ta biết
một ngày tàn cuộc, ngày bỏ nước đi ./.

bây giờ chữ nước tôi ơi

em dùng ngôn ngữ miền Nam
chạy vào từ bắc [từ sang trang đời!]
đưa người, nghe chữ mới chơi
khi về "chảnh" chẹ đó rồi nghỉ luôn
mà sao trăn trở vô thường
mắt trần phòng ngó lưng giường tiếng kêu./.

những ngày biết đá trái banh

những ngày biết đá trái banh
ở sân vận động Chi Lăng bây giờ
bạn bè đi hết ngày thơ
có thằng về đất có thằng giờ xa

tì tì rượu nhớ quê nhà
tôi chạy qua ngã Đống Đa rồi tìm
không phải trường [chỗ em riêng]
không phải Kỹ Thuật một miền áo xanh

mà chỗ Trịnh Cẩm Vân thành
mây trên thành phố gửi quanh quê nhà ./.

em từ đất nước đi ra

Em từ đất nước đi ra
Trên Facebook chúng gần xa réo hoài
Rồi em mỹ quốc đi vào
Viber chúng gọi cứ ào ào rinh

Em về ở chỗ âm binh
Chỗ một thằng chết chình ình nằm phơi
Chỗ đười ươi trốn hang rồi
Gọi chi Pắc Pó đã đời chui ra

Em từ đất nước đi xa
Gông xe lửa "rờ mọt" qua nay rồi
Theo Facebook réo tên người
Theo Viber cũng trời ơi lục tìm

Thời Facebook chợ đảo điên
Chợ trời chợ cá chợ bìm bịp bye! ./.

20/6/2017

mẹ của ngày mất trí nhớ

đi về, thấy mẹ tôi đây
những ngày như trẻ nơi này quậy chơi
mẹ ơi! nói chợt bùi ngùi
đời góa phụ và một thời trông con
bây giờ đến lúc héo hon
con, dưới biển, con, đầu non, lạc rồi ./.

đi từ xóm nhỏ đi ra

[Gửi Phạm May, ngày thôi vẽ]

đi từ xóm Thuận Lập đi ra Đống Đa
chỗ không lạ láng giềng bè bạn cả
mày bỏ đi xa, lần này coi xa quá
để lại tảng màu-cây cọ-vẽ-hôm qua

lúc mới lớn tuổi còn xanh như lá
lớn chút nữa lộ tài hoa không lạ
giáo sư hội họa tưởng ai vẽ giùm: mày bị số
không!
thời trung học bạn bè thân nhớ cả

cái thằng tài hoa mà xui chi lạ
chỉ khi đôn quân mới xém xém rằng hên
Pháo Binh chọn ngày ra trường vui quá!

đi từ xóm mình ra nhớ lần trộm dừa xưa đã
để lại đôi dép giang hồ, ngực xước đến rách da
tao là đứa giữ thang rồi cầm thang chạy
áy náy đến giờ bỏ bạn trên cây

về phép nhìn mày trong quân phục ủi hồ, Tiểu
Đoàn 105 Pháo Binh cơ động đóng Non Nước
đây
gần Đà Nẵng, cứ nghĩ mày số sướng
ngày mất nước như triệu triệu người vướng
cá chậu chim lồng của lũ âm binh!

bây giờ mày đi phía trước rộng thênh
cứ thế bay lên vẽ lại đời mơ ước
nhà mày ở như nhà tao đều trời mưa mái dột
mái dột trời mưa ướt ấu thơ vui

đi từ xóm nhỏ đi ra Phạm May ơi
đi, đi tới, vẽ trời, đời mới ./.

mây ở Torrance

[tặng Nguyễn Hiền]

các em đứng ở Torrance
nhìn xa thấy biển rồi gần thấy mây
mây này tận cố xứ đây
phiêu du lần nữa về đầy nơi anh

các em đứng đó đời quanh
nhìn ra mới biết thị thành nở hoa
nhìn ra mới biết quê nhà
lâu lâu vẫn tụ về nơi xa này

lâu lâu vẫn gọi xum vầy
tiếng chuông trường lớp một bầy các em
Nguyễn Hiền phải không, thấy quen ./.

bài thơ gửi huỳnh hương

lớp thuở đó giờ còn vài chục đứa
tao nói trường Nam Tiểu Học lúc xưa
Nguyễn Hữu Lễ rất hiền tao vẫn nhớ
không biết đổi đời lưu lạc phương mô

tao, Mùi Lê, lớp thầy Quyền đây Lễ
thằng Huỳnh Hương đang ở Houston
qua hai mình giờ một mình sống
mình kia về trời để lại mênh mông

còn tao "mình ên" từ khi xuống núi
chốt chặn đường rồi phía trước phía sau ./.

trịnh thị

từ một chỗ em về qua chỗ khác
của ước mơ thời đó dạt phiêu đâu
giờ không tới khi mùa xuân xao xác
cũng xinh mà hồng thắm lúc ban đầu

anh không biết thuở em qua con dốc
đường trường quen xe thả áo vui bay
là thứ mấy khi ngày mười mấy đấy
để nhớ về thấy lại vẫn gần đây

[như một lớp mấy mươi toàn quỷ nhỏ!]

từ một chỗ em về con mắt ngó
anh chưa về chỉ gửi số nhà quen
ở chỗ đó tên không còn tên cũ
mười bảy năm ba tháng sống xưa giờ

nhớ... ưu tư! ./.

trốn một ngày bá thở

một lần năm nao gặp mừng muốn chết
rồi một lần đoàn tụ để mai sau
đã quá đủ để từ đây muốn hết
nhưng nhức đầu đi theo cứ thế sầu ./.

tháng 4, 2019 đọc "Út Bạch Lan"

đọc rồi như thấy hôm qua
tôi mười chín, lính tráng và rất... ngu
nhưng mà vẫn rõ bạn thù
đồng minh [bỏ bạn], và thù [gian manh!]

đọc rồi thấy đất nước banh
tóc không xanh nữa vẫn kiếm quanh một ngày..../.

thức dậy Virginia

thức dậy Virginia
Phát đã về nhà... xa quá
cây đàn du ca thuở nao giờ đã
một góc nhìn lên di ảnh nhạt nhòa

ngã tư Lê Lợi - Thống Nhất - nhà sách Việt
thời qua
tao ở hành quân tìm về gặp lạ
Phù Chí Phát nhắc bài thơ đăng đã
nằm trong báo lớp thuở đó mà vui

ai ngờ có ngày Phát đi ngược xa xôi
quê nhà ơi biết bao lâu tới
những bài thơ phổ nhạc giờ đợi tủi
tiếng đàn lặng câm theo với tiếng người

nhớ ngày mày qua ở Factory Coffee vui
"*Từ Washington Nhớ Về Phố Cổ*" *
đoạn phim phỏng vấn chợt thành bỏ ngờ
nhạc bỏ đi rồi thành nốt bơ vơ

Phù Chí Phát. bình yên!

* Nhạc và lời Phù Chí Phát

tình cờ thấy hình Sàigòn trước 1975

mẹ cha lính tráng một thời
nhìn hình lại nhớ ai người, người xa
chiều nay xỉn xỉn mình ta
chết không ra chết sống là sống dư
chiều ơi cứ vậy lừ đừ
buồn chi không biết [dô] từ từ, bia! ./.

uống rồi nhớ tiếng gọi đâu Sàigòn

anh về vớt mấy chục chai
Corona lạnh lai rai đỡ buồn
ngó lui dài đoạn tha phương
ngó tới một khúc đoạn trường biết dâu
bây giờ mới mấy chai đầu
hình như nhớ tiếng gọi đâu Sàigòn ./.

nhắn

Oki, ngươi ở đâu rồi
ba lô lên núi hay ngồi hố bom
địa chỉ về quán nhậu còn
uống, nghe ngươi kể héo hon phận người... ./.

vết thẹo hôm qua

bây giờ vết thẹo hôm qua
da đã kéo lại nhòa nhòa vết thương
vết thương ngày té xuống đường
tưởng chết mà sống thành ươn ươn hoài
ươn ươn mà cứ muốn đòi
trèo cao lại té hoài hoài vết thương ./.

xưa đó

[Tôn Thất Long: "...*Tao trúng số đề bảy trăm cầm tiêu đỡ!*"]

mày chạy thăm tao ở đồn Quân Cảnh
đường Đống Đa gần nhà đó nhớ không
ê cu Đí sáu trăm thời đó lớn
mày trúng số đề đưa hết cho tao
cầm tiêu vặt, đường xa, sao biết được

mày về, tao đi, cuối cùng bỏ nước
mấy chục năm xa xóm vẫn chưa về
tin mày chết sáng nay vào sở sớm
cà chớn cuộc đời cứ bắt lộn đi
đứa này đứa kia về trời mà tội

chiều nhớ ngày xưa sáu trăm đưa vội
đường Đống Đa đồn Quân Cảnh mà tao
chút tiền số đề lại nao nao nhớ
mày bây giờ đã bỏ giấc chiêm bao
mong được sống một đời đáng sống

tao ở nơi đây những ngày trông ngóng
hỏi sao không về, sông đã khác sông
phố lạ phố, lòng khác lòng, kẻ thắng
đường thay tên, tiến sĩ mọc đầy đồng
thì ra vậy đập cho to thùng rỗng

lần cuối gặp mày ở Đống Đa Đà Nẵng
ngày này nghe tin, mày lẳng lặng đi ./.

một bài thơ ngày cũ

đọc xong mới thấy đời ta đó - nhỏ vô cùng trong
cuộc lửa binh - núi biếc đèo cao vèo trận gió -
ngậm ngùi rơi lá bỏ xa anh - em, bè bạn này
khi đất nước - truy điệu kèn tổ quốc tri ân./.

9/04/07

những thằng con chấp hết

thời đó nhỏ nhưng mà dám chơi
đi là chết - nhưng mà đi cho biết
lính ở trên rừng lưỡi lê thay bút viết
vào thân cây "hận kẻ bạc tình" ơi

thời đó là thời tác chiến xa xôi
đứng trên chốt chút mộng đời trôi nổi
con chuồn chuồn ơi đôi lần ta chới với
muốn chắp cánh bay (đào ngũ cho rồi!)

nhưng mà sao làm cho được hả Trời
ai cũng khổ đâu phải mình ta khổ
ba lô trên vai đằm đằm nỗi nhớ
cười nói hôm này ai biết ngày mai

thời đó là thời vừa qua tuổi choai choai
mà sao trầm trầm như cây cổ thụ
chiến tranh ơi ngươi là con thú dữ
bấu hồn xanh những vết thẹo hôm qua

bài học cũ đã nhòa trong lũng rú
lúc cô đơn quanh quẩn súng đạn này
phố ơi phố mờ mờ qua sương đục
phép vài ngày nhậu đã đó rồi đi

thời đó là thời chấp hết đôi khi
biểu ngữ sau lưng giặc thù phía trước
thôi kệ chúng ta âm thầm giữ nước
những thằng con "chấp hết" một lần đi./.

ngày nhà binh ký sổ nợ

em cho tôi ký sổ đời
thẻ lương lính bảo đảm thời hết trơn
đồng lương mới ngó thấy luôn
bàn tay đòi nợ mà thương quá chừng
có ngươi mới có vô cùng
những cú nhậu dầu biết lùng tiền đâu./.

trời mưa phỏng vấn việc tôi

trời mưa phỏng vấn việc tôi
ngó xa lộ ướt ngó thời trượt nay
thắng chân đã xướt lòng giày
thắng tay người dạy mà cay thật thà
cuối tuồng những vết xướt da
đỏ lưng cạo gió áo nhòa với cơm./.

tin Huế lụt qua email

bây giờ nhìn Huế tang thương
mưa hết chỗ mưa mờ đường thần kinh
đọc chú thích tên lạ mình
những đường con mẹ thình lình lòi ra
tên toàn thứ quỷ yêu ma!

khuya thức dậy nhớ ngày sinh nhật

Phố có phòng mọc trong garage cho mướn
Phố có đường Magnolia xe đông
Cuối tuần lông bông đời trăm hướng
Đổ về Bolsa những vui buồn

Quán nhỏ sáng đến đây vay mượn
Ai mắt mùa thương (khó) nhớ nhà
Em chạy phương xa còn một hướng
Mà ngoái trông tận tận phố phường

Bolsa trú trú thời qua lạ
Thì buồn thiên hạ xúm nhau ca
Thuở qua đất động lòng trơ đá
Mái dột hiên xưa ngẫm chuyện nhà

Nửa đêm đốt thuốc nhìn nhau đã
Xa gần thành tận tuyệt không không
Hay như có có tình đâu biết
Đời vòng vòng Bolsa cong cong

Em vui sinh nhật trừ hai tuổi
Nhỏ lại thành ra ngát tiếng cười
Vẫn núi nương thân thời ngóng đợi
Sống cho đời - sinh nhật - niềm vui./.

xuôi nam

[Gởi Tưởng Năng Tiến/Trung Hậu]

chẳng lẽ cứ gọi mãi Đà
Nẵng ơi bao nỗi giờ già phố chưa
anh về từ một lần xưa
anh đi như tưởng mới vừa đêm qua

trên phi cơ ngó quê nhà
đêm chuyển quân lạ [là xa tự giờ]
nhìn nón sắt với ba lô
anh em bè bạn lòng phi cơ chờ

tháng ba, đất nước mầu cờ
xác xơ bao nỗi những giờ xuôi nam./.

Hoàng Quốc Trung, bài giã biệt

giả sử cọng phượng ngày xưa bắn trúng
chỉ đau thôi về bóp muối rồi lành
mày tác chiến dính một lần rồi lún
xác chôn ven rừng mẹ nhớ khóc rưng rưng

mày thằng thứ hai trong bọn đó Trung
đã chết những giờ cuối cùng cuộc chiến
tao chạy vài năm nghe tin chết điếng
bảy thằng giờ còn sáu lạc nhớ điên

lúc nhỏ tụi mình chinh chiến cõi riêng
thắng hay bại khuya rồi về nhà ngủ
chiến tranh người lớn đánh nhau hoài chưa đủ
chết bị trả thù hài cốt dời đâu

hỡi những người nhân danh đủ thứ trước sau
cuộc chiến tương tàn nước non thua đủ!

Xuân Lộc

vào để thấy rừng cao su xanh lá
lộc mùa xuân nay lửa cháy lộc xuân
trực thăng xuống sáng rừng xao xác quá
pháo giặc về bãi đáp vội vàng chân
vào để thấy anh em ta còn sống
chốt nhận lầm ơi hỡi cuộc lửa binh
ai kẻ chết ven rừng bên hố nước
bạn sống còn ngó sửng một lần kinh

vào để thấy không bình yên xuân lộc
vườn trái cây những hố cá nhân đào
ngày pháo nổ những đường dân dáo dác
những lệ trào đêm di tản lao đao
hai hàng dọc hai bên rừng quân bạn
vẫy chào nhau còn sống lúc vô vùng
khói đã bốc đời đã cùng khốn quẫn
lộc đã tàn xuân đỏ lửa mùa chung

tháng tư của thời bão bùng đất nước./.

ngày dài nhau mắt ngó

chân đã bước rừng nơi đây đất đỏ
đường về đâu ơi hoang lộ buồn so
anh không biết rừng cao su đêm ngó
anh không chờ mà tiếng nổ âu lo

ngày di tản hồn trơ trơ ra đó
nước non ơi trăm dấu hỏi dần to
mẹ với em miền Trung ngày ngọn gió
quất khô ran những vết cứa máu rò

tháng ba theo miền Trung về hậu cứ
lính đêm đêm ứng chiến đợi lên đường
anh đêm đêm nhìn quanh Sài Gòn cứ
đợi phép mầu thuở đất nước tang thương

chân đã bước đường xuôi nam sắp hết
tối quân xa rời hậu cứ lên đường
anh bỏ đi đêm Sài Gòn sao biếc
đơn vị về Xuân Lộc đó biệt luôn

thư đã cũ từ Phước Tuy Đất Đỏ
đến nơi đây những lúc nhớ nhau buồn
đêm đất Mỹ thời tha phương nằm cuốn
đậm nỗi buồn trong chăn đắp cô đơn

thôi em nhỏ ngày dài nhau mắt ngó
địa chỉ xưa Trương Tấn Bửu mất còn
quả cốc xưa trước giờ di quân đón
Hoàng Hoa Thám xưa thành biệt với nước
non./.

Gởi Trung Hậu, tháng tư nhau

biết mày Houston nhớ Thuận Hóa
những đêm mất ngủ uống miền xa
một mình nhớ quá ba và mạ
anh em bên nớ cả một nhà

những ngày dù bung qua Quảng Trị
ông già "lên máy" thăm thằng con
giờ đây máy mất ba lên núi
về Thuận Hóa xưa ngóng mõi mòn

sáng nay vào sở căng căng "job"
trận mạc trở về tháng tư thương
một tối Trảng Bom rừng giăng chốt
sáng nhảy trực thăng đất đoạn trường

Xuân Lộc không lộc xuân Long Khánh
đánh vào Bảo Định cứu anh em
ơi hỡi thằng con xưa chấp hết
bỏ học chơi ngon chọn Nhảy Dù

bây giờ đây tháng tư mất ngủ
thao thức nhớ nhà quá mi ơi./.

Huỳnh Thạch

thuở đó kêu mày thằng đá vàng trong lớp
mất nước rồi đời đã dột te tua
ngày tao chạy đâu biết rằng đi Mỹ
nên đến đây đứng ngọng quái sao kỳ
đêm thứ nhất nằm sàn tàu mới biết
là xa quê biền biệt đó từ đây
là sân trường có bóng mát hàng cây
xa thêm bước ngó tha hồ mây trắng

thuở đó kêu mày biệt danh thôi sao nặng
lúc ngoái lui đâm nhớ quá đá vàng
tao hỏi bạn bè còn lại lúc sang trang
tìm không thấy mày thời vàng con mắt
[mà mày đâu phải những thằng theo giặc
chơi quàng khăn đội cờ đỏ sao vàng
đ. m. tàn người loài thú xưa hoang
mắt cú vọ chân nghênh ngang thành phố]

bạn học xưa ơi giờ đâu cơ khổ
ảnh trường quen thêm khẩu hiệu đỏ lè
thành phố tên quen thành tên con kẹ
và những đường quen chắp vá so le
tao viết bài thơ nửa đêm nghe ké
phim bộ má coi thành mất ngủ mình
thuở đó lung linh về khi mắt ngó
trần nhà chạy quanh đời vốn vô minh

tên gọi mày xưa thình lình thức sảng
đời sang trang sao cứ níu trang sang./.

gởi xa Đất Đỏ Phước Tuy

anh đã đến rừng nơi đây đất đỏ
đường về đâu hoang lộ bước chân lo
chiều mấy đứa đi ra đường đứng ngó
rừng có buồn chinh chiến nọ co ro
mây xa lắc quê hương anh ngoài đó
bạn bè còn dăm đứa tác chiến đây
sống, vẫn sống sau lần di tản trước
trận nào sau ai biết kẻ nao về
anh đã đến rừng cao su đất nước
nhìn phía sau Đất Đỏ của Phước Tuy
đâu ai biết quê hương thời bi lụy
nụ cười em xoài ổi vẫn xuân thì

đạp xe qua, vui gì, quay trở lại
cây trái này, cho nhận hết, tính sau./.

đêm thức đọc "can trường trong chiến bại"

ta thấy mười chín năm sống ở quê nhà
thân quá nợ những anh hùng không biết
đêm qua thức đọc "can trường..." oanh liệt
nhánh sông đau lại chảy đó ơi Hàn

ta thấy ta về đà nẵng ngó sang
an hải tiên sa ngũ hành non nước
quê hương đó một lần không giữ được
ngày chạy đi sau trước rạn thân cờ

những con đường chờ tên đổi bơ vơ
đà nẵng lạ không ngờ sau trước
tháng ba ta xa hòa ninh rồi đứt ngang khúc ruột
ngày mình thua bỏ nước bỏ quê

ta thấy mười chín năm ta sống bên tê
đủ để biết nợ rất nhiều đất nước./.

thơ một bài không tên

lúc đó đâu màng thiên hạ sự
đêm về ưu tư đến đứ đừ
cái thời trẻ dữ đi đâu mất
thiên hạ sự chừ như khói bay
đâu biết đã hai ngàn lẻ bảy
trừ bảy lăm [vài chục năm dư]
quê hương đổi dữ khi đổi chủ
đã nhận không ra biết sao chừ

đó quê quán đứa năm xưa nhí
biết gì mà cũng chiến chinh đi
chơi liều một cái thua chạy đủ
ra ngoài quê hương vạn dặm lì
lúc đó đâu màng chi tất cả
đời đã ù lì bước chân đi
coi như xả láng thời xa xứ
mà lại ưu tư [mẹ sao kỳ]

tin nghĩa trang những anh hùng cũ
lại đòn thù đứa thắng trận khi
tiểu nhân đắc chí ơi đất nước
sống không đường/chết hết đất chôn./.

ngày mai là Thanksgiving

ngày mai là Thanksgiving
nên sáng nay anh cũng tàng tàng đứng vịn
cám ơn cuộc đời lúc xính vính qua
cám ơn những người ở xa,
kẻ ở gần
bè bạn thân,
không thân
những lúc nơi ngã ba tần ngần thấy cần ánh
mắt
ngày mai là Thanksgiving
của anh
những lần quay quắt
một hai ba... mười bằng bặt năm qua
dầu thế nào trong những ngày ở xa
Thanks [for] Giving anh được làm điều ước
muốn:
thơ./.

chiều nay ta buồn

chiều nay ta buồn nỗi buồn ngang bướng
thấy cuộc đời luộm thuộm muốn bung luôn
cuối năm ơi sao mà ngươi lại sớm
đến làm chi vơ vẫn một nỗi buồn
ta như một thời ngồi đâu trên núi
muốn quay về không có chỗ để đi
chiều nay ta buồn đời đó đôi khi
không còn lại được chút gì ta muốn./.

tháng mười sớm

các em đi về ngày chưa quên chân sáo
thị xã cúi chào áo trắng áo xanh
lê lợi gia long quang trung độc lập
những con đường, anh đã thả bước quanh
mới lớn đó mà nay thành cổ tích
bài thơ xanh lòng vở tưởng quên rồi
tháng mười sớm bồi hồi chân xưa đợi
gõ cửa về nắng mới lạnh tường vôi

sáng thấy gia long đùa vui áo trắng
chiều banh bóng rổ có các anh về
phải hoài (mai hương) một tên ngoái lại
một đoạn đường dài mới lớn trông ai
thị xã xa rồi các anh đi mãi
những phước b sơn chạy lạc thương hoài
con đường cũ đổi thành tên khốn nạn
đẩy khúc đời còn hấp hối vai mang

tháng mười sớm bỗng nhiên anh đứng lại
gọi thị xã này thức bước chân ai./.

hình cũ đường Gia Long

trong ký ức là con đường đen trắng
nay trở về con đường trắng với đen
anh đã hẹn ba mươi năm ròng rã
giờ thấy tấm hình trên "net" quen quen

con đường gia long chôm ngay đem cất
tưởng tượng trong đêm bắt gặp bạn bè
tưởng tưởng nơi đây ngày xưa còn bé
con đường dài theo dâu bể nằm nghe

các em pascal/nguyễn hiền bước nhẹ
rồi đi xa mấy kẻ trở lại mà
góc độc lập bước về gia long đã
xa mà gần những bước rách mùa hoa

đêm lên "net" anh chôm hình đem xuống
đường gia long của một góc ấu thơ
hỡi thân trọng phương/phong lan và thuở
pascal/nguyễn hiền đã mút chỉ mơ./.

hỏi nhỏ

chuyện cứ như ngày xưa
không xa mà không gần
anh biết vẫn còn quanh
tình học trò đứng ngó

mới đó mà tóc xanh
đã không còn xanh tóc
có đứa nào hay khóc
đứa nào khi dỗ dành
nhảy hàng rào ăn trộm
một cành bông nhà ai
để tặng em...

chuyện biết đâu ngày mai
em, đường dài hai đứa./.

thousand oaks

đâu biết phải chạy lên trên đầu núi
ngự trên đồi thousand oaks câu cơm
thời lên xuống ngó quanh sao cà chớn
trưa một mình đợi phỏng vấn, cô đơn

một lần đi chừng đâu trăm cây số
coi bộ ta thích hợp với giang hồ
cơm với áo nhào vô cơ hồ khổ
dám chơi liều kệ mẹ nó, nhào ra

chơi cho đã mốt mai rồi hẳn tính
chẳng vợ con lại cũng chẳng cửa nhà
khi tình khó đổi như mưa và nắng
như em ngày lẳng lặng đẩy nhau xa

trưa ta đã chạy lên trên đầu núi
ngàn ngọn đồi thousand oaks ra ơn
chợt tội nghiệp giấc mơ ngày mới lớn
đã không còn khi áo ngậm ngùi cơm./.

đầu ngày

ta đã sống trong một ngày vô định
một ngày vui là một chỗ định vô
nhưng cứ thử dầu không vui sẽ tính
những vơi đầy của lệ có hong khô
ta đã sống qua những ngày xính vính
thời lênh đênh đầu núi xuống đồng bằng
rồi ra biển gập ghềnh trăm năm trắng
vẫn tin đời sẽ tặng những mùa trăng
ta đã sống qua những ngày mưa nắng
vẫn còn xanh dầu trong đáy vô minh./.

một ngày đi xuống

những ngày đi vô đi ra những ngày lạng quạng. những ngày vàng hay xám của rừng thu. anh đã đứng vớt mịt mù năm tháng. trên đường này trên phố tản mạn ru.

những ngày đã đi ngang khi cùng đường đi xuống. giờ chỉ đợi đi lên một vài tháng mai này. anh đứng thấy mùa thu vàng trên giấy. lãng đãng về giòng mực viết ô hay

thơ ấu đấy vỗ về anh tuột dốc. vườn xanh xưa con xóm nhớ sao vừa. còn một chỗ khi tò mò muốn hỏi. anh cất tình xa chỗ ngậm ngùi đưa./.

buồn câu vọng cổ

buổi sáng buồn buồn câu vọng cổ
Võ Đông Sơ nhớ Bạch Thu Hà
Minh Cảnh ca ngày ta còn nhí
nay nhớ nhà bà già bỏ ra
thằng con chạy qua phòng nghe ké
lại được thêm thứ sáu lè phè
coi áo cơm này như con kẹ

buổi sáng ca mùi Minh Cảnh nhé
ta đứng nghe lòng chợt bùi ngùi
"*biên cương lá rơi Thu Hà em...*" hỡi
cũng muốn ngồi ngoác giọng ca chơi
"*đường dài mịt mùng em không đến nơi*"
như thuở bé có lần ca ké
giành nhau làm kép với bạn bè

giờ Võ Đông Sơ này ở ẩn
gác chân ngồi ngó cuộc phù vân
thương mẹ nơi đây ngày chiếc bóng
con chim trời, mẹ vọng cổ trầm ngâm./.

chiều, một chỗ

chiều một chỗ, một chỗ chiều không khá
thành hôm qua không lạ với hôm nay
anh đã thấy những hoàng hôn trên lá
may hồn nhau còn lại chút xanh cây
của một chỗ em dành cho anh đấy
trong bàn tay trong mắt ngó trời mây
nơi cố quận hay chốn này anh thấy

chiều hai chỗ thành chiều trôi ngờ ngợ
anh hỏi em Việt Nam giờ mấy giờ./.

bài thơ này anh tặng

đời cho anh thất nghiệp tạm anh ca
nhạc Trịnh Công Sơn ở nhà thứ sáu
đi ra đi vô buồn buồn nổi máu
làm thơ tặng người, thơ tặng đời nhau
hạnh phúc nhỏ này biết có mai sau
anh yêu quá bài thơ ngày xin việc
thuở đi học theo em không còn kịp
thì hôm này như biết để còn nhau

bài thơ anh làm mang tặng em sau
bài thơ viết trong một ngày thất nghiệp
khi gác hai chân lên trên bàn tiếp
nối lại một thời hào sảng quanh đây
tất cả rồi sẽ trả lại cho mây
chỉ còn lại người người tin yêu đó
anh cám ơn em những ngày thương khó
để biết niềm vui này to dầu nhỏ cỡ nắm tay

bài thơ này anh tặng em đây./.

có một lần tôi sống

là một bữa đi về ta chưởi đổng
đời có không, không có, có rồi không
ta vẫn sống, cho dầu, không không có
để buồn này như đá tảng nằm trông
mây trên cao đời lào xào dưới đó
chuyện nghe qua rồi bỏ bởi thăng trầm
ta một lúc đến thời lao đao sống
ngậm thêm lần bao nỗi đắng cay dâng

nhưng vẫn sống đi về ta vẫn sống
qua những ngày phủi bỏ hết phù vân./.

ôn bài cho phỏng vắn

buồn quá ngủ đi mai đọc tiếp
những trang sách cũ có thời vui
bây giờ cơm áo theo nhau, khiếp
sớm tối nhiều khi nát dạ người
vậy đó nhưng rồi mai sau tính
ta về vui lại với đời ta
như xanh bụi chuối rung tàu lá
ngày gác chân lên ngóng tin nhà
em con qua đó mang tình bé
cho trẻ mồ côi ới xa xôi
mới biết giữa đời bao nhiêu kẻ
mộng chỉ là cơm, cũng không trời
một lúc ôn bài cho phỏng vấn
đọc thầm danh phận, cái bang thôi
vất tập qua bên ngồi nghe hát
nghỉ đoạn này ôn nốt đời vơi./.

buổi sáng một ngày

sáng đi ra thấy đời êm ả quá
một ngày qua, cứ thế một ngày qua
anh sống tỉnh có gì đâu mà lạ
dẫu đường dài tan tác những mùa hoa

sáng đi ra biết khi thời gió chướng
cầm sách xưa đọc chú thích xanh vàng
trường lớp cũ biết đâu giờ chúng bạn
có đứa nào mất việc lúc mùa sang

hú một tiếng tàng tàng đi ra quán
cà phê không tuần lễ cứ phè ngang
chợt ngộ thêm đất này như đất tán
sau tan hàng là có lúc tan hoang

như ta đã nhưng đời êm ả chán
chợt thương ai đang ở đó quê nhà
bao lâu mới về đây nơi đất lạ
nhanh giùm nghe nhớ ta lắm xa xa./.

hỡi bà tiên hiền

[Tặng Mẹ]

nhà vắng cuối năm đìu hiu gió
vào ra còn lại mấy đứa thôi
về xứ một hôm me mang đấy
niềm vui gói trọn cả năm nay

sáng ta thức dậy đi ra ngó
ngày trống lạ thêm, nhảy đi làm
thấy nhau con phố mùa đang gió
thổi dạt đời con kéo me văng

từ nguyên quán đó qua trú quán
lênh đênh hết biển đến sông dài
một lúc phương xa đêm thường trú
nhớ căn nhà cũ nhói tim nhau

me đóng hai thùng thêm ba xách
tay mang cho con cháu bên nhà
tám mươi mấy tuổi sao mà nặng
thân già lạch cạch cõng mơ xa

buổi tối lên đường nôn nao quá
mẹ bỗng thành to lớn nhất nhà
với con tất cả đều không lạ
những gói tình thương sẽ mang ra

ở phi trường đó và cước phí
những quà quá tải tặng con xa
và cháu, đó bà tiên hiền hỡi!

bài lai rai

Gởi Tưởng Năng Tiến

thứ bảy hai thằng ra ngoài quán
cà phê đông quá đi nhậu chơi
bước thêm bước nữa niềm vui tới
ngồi đây cưa nhẹ dăm chai thôi
coi như xúc miệng bình dân quán
bia nào rồi cụng cũng trôi xuôi
thiên hạ văn chương tùm lum, chán
tụi mình dô dô thành mặt trời

lúc chợt thấy ra đời sảng quấy
cụng thêm ly nữa la làng chơi
những câu sát phạt vàng trên giấy
đi về xong chuyện thôi trời ơi
biết vậy nhưng vui thì xả láng
đời nhau trừ cộng lúc tan hoang
nay đã lưng lưng thời quá vãng
lại nhói vô cùng tiếng hỏi han

quán ơi nơi đó nhiều khi thấy
thứ bảy cà phê nhậu sảng than
bao năm tóc đã thành tiêu muối
một lối đường quê lấm thu vàng./.

chợt phiền giấc mơ

anh ngồi dưới thấp nhìn lên
vẫn thế đó đời vẫn êm ả đời
anh ngồi có lúc nhìn người
vẫn thế đó, người là người, bơ vơ
anh ngồi nhịp nhịp chân mơ
vẫn thế đó chưa chịu thua đi tìm:
việc!

và ngồi hỏi giấc mộng nguyên
từ khi bé kể chợt phiền giấc mơ./.

một nửa Huế tôi

nhớ anh ta thuở làm thơ đăng báo. của những ngày Huế trăng và sao. đêm huyền ảo con đường nội thành lao xao bóng lá. trăng mướt vàng trên áo chị năm nao

trăng ở nơi mô trăng rơi trên hồ sen lặng. của Huế âm thầm Huế tắm vàng trăng. trên đường đá, trên bờ thành, trong lòng đêm đêm Huế. khuya bác ngồi câu chuyện kể trầm ngâm

anh chết sau 1975, chị chết sau 1975 như bác âm thầm ngã.
Huế miền xa ơi tội quá nhớ về mà thương một nửa Huế tôi./.

San José

bước xuống thấy những ngày cơm áo
những ngày lao đao lúc thấp cao
San José sáng mai chào trở lại
mùa áo cơm mới đó lại xôn xao

ta lại bay từ nam lên phương bắc
chiều trở về ngó lại hướng bắc nam
đi như thể mười năm trong dâu bể
vẫn chưa qua sông và núi rộng tràn

sáng phi trường ra đường xe vô định
gập ghềnh ta một khúc rẽ vô minh
khi không lạc quay đầu xe đi tiếp
tới hay lui đời giả bộ làm thinh

đi cho hết những ngày lao đao rú
mẹ cha ơi mới đó tuổi qua ù
hoa vàng cũ với đường xa năm cũ
lại chất chồng lòng xe trống lời ru

[...]
San José thung lũng của vàng thu
cơm với áo ta lè phè thí mẹ!

một buổi

chiều lang thang này chiều vàng chưa tắt
nắng của ngày nắng thắp dậy hàng cây
anh đã có bao nhiêu ngày nơi đấy
quán cà phê này phố xá chân mây

quán có niềm vui đầy cuối tuần thứ bảy
nối chủ nhật dài bắt chặt bàn tay
hàng hiên xum vầy cà phê thuốc lá
bằng hữu la cà ngóng chuyện vãn đây

chiều lang thang nơi đây Bolsa đầy hơi nóng
tháng bảy đất nợ nần trời đổ nắng hành chơi
anh cũng nợ ai nửa đời chới với
những năm tháng vừa trả muốn hụt hơi

chiều lang thang phương xa tà tà nhưng vội vã
nơi để sống này đã lạ rồi quen
những đời đuổi theo nhau xe trên phố
rãnh - thấy trời thờ ơ, bận - đất bỗng bơ vơ

anh trở lại - buồn - ghi vội giòng thơ./.

give me a huge

"*hey, give me a hug*"
quả thật buổi chiều quá chật với lòng em
anh trở lại con đường ngõ ngách thân quen
của sáu năm trong thành phố này hai lần nghỉ
việc

anh không tiếc mùa áo cơm biên biếc
rồi vàng hoe không có với có không
về trầm ngâm vì chợt thấy trăm năm
ai cũng khổ đâu phải mình ta khổ

anh không tiếc ngày nhấp nhô sóng nước
đời chúng ta mọn tựa thân bèo
bỏ nước một lần cứ thế trôi theo
cơm với áo sao trói đời kiêu bạt

trưa thứ hai anh về buồn xơ xác
nhưng giờ tỉnh bơ làm lại ngày mai
"*hey, give me a hug*" tương lai :-)

đứng lại, quay ngó, Houston

cứ trở lại chuyện coi như còn mất
các em xưa xanh trắng áo sân trường
nghe lại tiếng mường tượng bao năm trước
đâu lạc đường chân bé bước tha phương

ngày hai mươi, ba mươi không đếm tiếp
đứng lại đi quay ngó ở Houston
áo dài trắng áo dài xanh có lộng
muộn một lần dẫu sáo đã sang song

em theo chồng và anh theo vợ./.

phố trong trí nhớ

[Gởi Đà Nẵng]

đó là những con đường tắt điện. đêm còi báo động vang trời đạn pháo kích bay ngang. sáng vào lớp tin xa bàng hoàng tới. nhà bác thằng phó trưởng lớp bên kia sông lảnh nguyên trái hỏa tiển đêm rồi.

thời chiến tranh người bắn người, trật lất. thành phố co mình, đêm tiếng nổ vang. lớn thêm chút ông ghét trò bắn bậy. chiến tranh này cũng như vậy mà thôi.

đó là những con đường đi chưa toát mồ hôi. đã thấy lại bước đầu khi chới với. như thuở theo em qua những hàng cây tối. xe quân trấn chận đường hỏi giấy chợt hết vui.

giờ anh nhớ làm thơ nhắc lại chơi. chợt thấy ngậm ngùi đường thay tên đổi tuổi.tên quen gọi ngày xưa bị đẩy lui vào bóng tối. như áo trắng bay em mất lâu rồi/

nay chúng ta gặp lại chắc ngậm ngùi. ai đâu biết ngày đó thương mà nói. đường mình quen xưa đi hoài không tới. thì chịu thôi ơi phố với tình xa./.

bài gởi lại bàn tay

ngày vui quán có trưa rồi mai tới
lặng lẽ rồi mai tới lại đến trưa
anh sẽ tặng đời này thêm chút nữa
vui thật nhiều buồn ít lại được chưa

tình anh cất trong ba lô ngày cũ
giũ ra xem gom lại đủ không người
lúc đó nhỏ tưởng gom càng thiên hạ
nào hay đâu mộng cả đã lìa xa
[....]
không một tiếng gọi là từ giã

anh đã ca những bài ca con cá
đã lang thang khắp xứ lạ quê người
đã từng sống những ngày ăn cơm chỉ
cũng đã từng lì lợm với đời cay

ngày vui đấy với hoài sao không thấy
giấc mơ con còn lại chút gì đây
hay hạnh phúc chiều nay trên trang giấy
là bài thơ xin gởi lại bàn tay./.

bài cho phè lì cồ

gọi con là phèlìcồ
thuở nao nhí nhí hiền khô đó mà
những ngày tập nói ê a
hiên ngoài nắng, biết mơ xa, ước gần
gọi các con đó mùa xuân
đi về ba thấy một vùng rất thương./.

sáng nghe Hoàng Oanh "nửa đêm biên giới"

buổi sáng nghe Hoàng Oanh qua “nửa đêm biên giới”. nhớ không sai hình như của Mai Văn Hiền. “Mẹ ơi biên cương giờ đây” chẳng cần gì bóng bẩy. cũng mềm lòng thằng lưu lạc tôi riêng.

chốn đó nỗi niềm ngày xanh tuổi trẻ. đứng lên, bỏ đi, ngấn lệ nhớ về. giờ trung niên đuổi theo lòng xe từng ngày trên xa lộ. nghe “nửa đêm biên giới” nát lòng ơi hỡi Hoàng Oanh.

nhớ ngày xa xa qua radio hàng xóm.bài hát đó nghe, nhỏ quá biết gì.đến khi lớn chân đường dài đo đất, cát đoạn trường, nghe thấm tận tâm can.

“*Tôi qua biên giới truy lùng giặc*
Đêm ngủ rừng sâu lạnh gió sương
Những tối âm thầm đom đóm lượn
Nghe niềm tin rực sáng biên cương” [Kim Tuấn]

sao lại nhớ hôm nay thời chinh chiến. trên khúc đường dài cơm áo cù cưa./.

cậu và cháu

những đứa cháu và phố phường nơi đó
buồn qua đây ngày ngó chữ trầm luân
đêm thức muộn giải xong bài toán khó
niềm vui con cậu gom chút đầu năm
học mới, và miền xa đều mới
nỗi buồn quê là cũ, lạnh căm căm./.

tạ ơn nắng hạ

đã đến lúc nắng bủa đời tơi tả
anh và em không lạ những làn da
đời đã khác từ xa mà như đã
bỗng thành gần một hôm nắng cùng la:
trời!

trời hôm nay

trời hôm nay, em ơi, mây như đã
qua mùa thu, nhưng lạ, vẫn còn hè
anh nghe ké, hình như, ve trên lá
gọi mùa hè, đỏ phượng, của gần xa:
không có anh của mùa này em ạ!

gởi tặng lại bài thơ

anh bước ra thấy một trời mới mở
một bầu trời một khoảng lạ chiều hôm
ngày đuổi vội từ lâu đâu có nhớ
đất trời là khoảng trú của cô đơn
anh bước ra thấy một trời đang lớn
nỗi buồn chìm cơm với áo lặng yên
tạ ơn chim chiều nay đang lên tiếng
tạ ơn tình ngày một chút vui riêng
anh bước ra mẹ từ tâm đứng ngó
em lòng hoa hôm nọ vẫn là mơ
niềm vui lớn trong nhau còn nhắc nhớ
đời thấp cao rất lạ kệ thôi chờ
anh bước ra tình cờ như anh viết
thấy bầu trời gởi tặng lại bài thơ./.

trưa ngồi mơ

gặp bà tiên hiền cho anh điều ước
"hỏi con cần gì?" - con chẳng cần chi
chỉ muốn một chỗ về tí tị
mà mộng mị hoài - không đến - lại đi ./.

bây giờ

đã qua mùa hè
rồi lại mùa đông
giờ quen lắm không
những ngày cổ ngóng

sáng nay gặp lại
thấy má em hồng
anh muốn hỏi nhỏ
nhớ nhau nhiều không

một đứa đầu sông
đứa kia cuối dòng
mượn đường xa lộ
nối những khi mong

mượn tiếng phone trông
gọi trong thời ngóng:
ngày thương em!

trốn vào câu thơ

trốn vào câu thơ những ngày vào đời
thương thuở ấy ngu ngơ đứng chờ tương lai (viết sao không rõ!)
vừa qua mười bảy tuổi tôi rời tổ chim đầu hè
(xa con bé nhà bên) như con bé xa tôi
như trái ổi non chưa kịp chín chơi vơi
núp trong lá sợ bàn tay ai hái

trốn vào câu thơ những ngày đối diện sợ hãi
đi vào quê hương niềm tin không đầy nón sắt
nước chia hai
người mẹ tiễn quan tài chồng
con lên ba biết gì mà ngóng
mười bốn năm sau mắt mẹ thêm lần lệ bỏng
con đi đời xa phập phồng ba lô đập trên lưng chinh chiến!

trốn vào câu thơ những ngày tai biến
tay nén quả lựu đạn đầu tiếng nổ hoảng sinh linh
lạy Trời đừng ai chết
tôi có cấp số đạn hành quân mang theo đường mây biền biệt
như mắt mẹ già, mắt em ngóng anh xa
đứa cầm súng bên kia cũng là người ta
sao đất nước chia làm gì - nhắm bắn nhau - cay con mắt

và em - thơ hôm nay là dòng suối cất
sao anh trở lại tìm mà con mắt cay cay./.

trốn vào giấc mơ em

cuối tuần nhớ...
thức giấc làm thơ

trốn vào giấc mơ em
anh xin làm ngọn đèn
trong căn phòng nho nhỏ
nghe những tiếng thì thầm

tên rất quen!

trốn vào giấc mơ em
anh xin làm chim én
hàng năm vẫn bay về
bên ngoài cửa sổ

chở xuân thêm!

trốn vào giấc mơ em
đêm giông nào thức giấc
trong giây phút im lìm
chợt trời khuya chớp sáng

giấc mơ đêm!

nơi đó anh trốn vào
một đôi lần em bảo
ngủ đi đừng nhớ nào
vui buồn xin hãy trốn

với em thôi!

bài thơ dại

những khi đời vui
anh cất một chút
trên môi hồng môi

những khi ngày buồn
anh ngồi tìm lại
để thương em thôi

thế giới này đổi
và thay lạ kỳ
[hết!]

buổi sáng mẹ

buổi sáng mẹ hình như ra ngoài đó
rồi đi lên bên phải những căn nhà
lại đi xuống bên trái là chỗ ở
nhà, nhà nào cũng đóng cửa như xa
thành phố đây đi ra là thấy Mễ
lúc gặp nhau mẹ cũng sảng sảng chào
"hi" với "bye" cộng "morning" vi vút
lặng lẻ về theo niềm vui bé thơ

mẹ đi ra sân sau chờ chim xuống
mở cải lương buồn thúi ruột qua ngày
mở phim bộ nghe chuyền âm cà chớn
mở thêm ngày, dài của mẹ đó đây
buổi sáng mẹ đi đây rồi đi đó
bước không xa ngưỡng cửa một con đường
"morning" mẹ, thơ con thời gió chướng
nhảy đi làm chợt ngoái lại ngùi thương

buổi sáng mẹ có buồn vương chi mẹ./.

trở lại căn nhà

trở lại căn nhà căn nhà cũ
mười năm em lớn anh ra đi
(giờ đây trở lại không còn đủ
mẹ anh bên Mỹ, em còn gì)

trở lại căn nhà xưa lúc nhí
thằng anh đánh đáo em bắn bi
đó khúc vui nhất thời bi lụy
thắng thua chỉ một cái tù tì

(có lúc gân cổ ra mà cãi
nhưng em, anh biết em hiền khô)
như lúc có tiền đời mượn đỡ
thiên hạ làm lơ, kệ mình khờ

trở lại căn nhà xưa đỡ nhớ
ai cũng trở về nơi đó thôi
mà sao em vội đi, mẹ tới
chụp không kịp rồi đứt đoạn rơi

Tâm ơi! Tâm ơi! em hiền khô...

về với mẹ cha

trở lại này em căn nhà cha mẹ
lúc anh em mình lên năm lên ba
bây giờ mẹ già khóc con băm mấy
khuya phi trường lạ một tiếng nấc òa
con chết!

trở lại này em tuổi xanh chợt hết
có đi có về mà lệ về theo
chết trẻ
băm ba à!

như em về nhà như em theo ba
sao mà vội quá
thằng em tuổi gà
chưa biết tiếng gáy miền xa
bình minh sụp "về với mẹ cha"
đi mất!

trong lòng

trong lòng nước chúng ta như cỏ như cây
nắng dải đường xa đời này ai thấy
trong lòng ngày, đêm, bước chân qua đấy
cái ba lô mộng thường như lương tháng hành quân
nhưng cỏ nhưng cây đã những lần đứng vững
khi phía trước đạn lùng bùng và biểu ngữ sau lưng./.

qua sông bá thở Phước Tuy

anh sẽ về bên bờ sông bá thở
lội ngày xưa nước mấp mé vành tai
đã thấy chết như đời chinh chiến hết
đã thấy tàn như đất nước nay mai
sông xưa ơi gọi ngươi sông bá thở
lỡ độ rồi đây nhớ đó, nhớ ngươi
ba lô nặng đời chìm nên thả vội
để trôi lên trôi nổi với phận người./.

đá đổ mồ hôi

anh đã biết kiếm nụ cười không dễ
nhưng nhằm nhò gì, kệ mẹ kiếm chơi
đâu phải hôm nào cũng như chuyện kể
như hôm nay ngày đá đổ mồ hôi

em đã gánh như là anh đã gánh
cõng con thơ qua những đoạn đường dài
tối đông lạnh ngày lửa hè nắng quái
không còn ai chỉ hai đứa là hai

chẳng cần biết đời dài ngắn nay mai
anh xin đổi xin nụ cười em đã
nụ cười của đêm xưa nằm nghe lá
khuynh diệp sau hè chứng giám tình ta./.

mai ngày đầu một tháng

mưa ướt đất nơi này non với núi
anh ngược xuôi chiều đột mái hiên người
dẫu rất xa mùa nước dâng quê cũ
vẫn quay về tạm trú thuở mồ côi
sáng lên đường ngó non xa thui thủi
như núi quen lần bỏ vội... quê người
sống lây lất thời tóc xanh như tuổi
đem chôn vùi ngày nhúng nước biển khơi
mai ngày đầu một tháng nữa trời ơi!

vô cùng thu đó
[nhậu với đích thân Bình Dân quán]

đây quán bình dân bình dân quán
đời đến và đi rất cù lần
một dĩa tiết canh - thời gặp bạn
thêm gỏi cá hồng - uống - thu sang
bia cứ cụng đi ngày đang héo
vô vài ba bận sẽ tươi ngay
ai biết hôm nay là thứ mấy
thứ bảy - nhào vô - tàng tàng say

say xong lại bước ra ngoài quán
thổi ngát càn khôn khói thuốc bay
đi đâu cũng thấy ngăn và cấm
thuốc lá - bỗng dưng tàn lụi ngày
thành ra trở lại cà phê đá
chiều Factory thấy gì xa
quê nhà ơi lạ trong tầm nhớ
em cũng lạ anh biết đâu là

đây quán bình dân bình dân quá
đời như kiếm hiệp cứ phun ra
thằng Trương Vô Kỵ khi hết đất
thì kẻ chân mày Triệu Minh xa
một hôm tình bỏ quên con phố
vết thẹo mười năm nhói xót xa
tưởng đâu ngày cũ em đem cất
lại móc toòng teng ở trong ta

chiều nay trở lại sao mây trắng
đâu đó theo về ới... Irvine
trong góc hồn anh thêm một chút
vô cùng thu đó đụng bâng khuâng./.

sáng nghe tin Virginia

tin bạn ta sáng nay mất việc
email qua - đang dọn văn phòng
dẫu biết trước mà sao lòng động
lúc nhìn đời có có không không

ta đang đứng trước giàn máy móc
gõ keyboard debug coding dài
hy vọng bắn hỏa tiễn bay trúng phóc
những thằng giàu chẳng biết xẻ chia ai

ta đang đứng trước ngày mai mất việc
như bạn nay lòng nãn dọn dẹp đồ
về lại chỗ có hoa vàng trước ngõ
ngồi chờ thời như ta một lần vui

tối có rãnh mở bia hay lấy rượu
cụng đó đây mừng hãng bạn ngu đần
tài phiệt đó, tư bản và chủ hang
những thằng này toàn tim giả [tin không :-)]

trưa bỏ ăn nghĩ về đây đời sống
coi bộ găng một lúc xụp nghe rầm
ta gởi bạn bài thơ không nên viết
[nhưng phải viết vì bạn lận đận xa xăm] ./.

17-04-08

đêm đọc thơ Nguyễn Bắc Sơn chợt nhớ thời Nam Bắc

chợt nhớ mình là tên tiểu tốt vô danh*
chiều ta về thị thành ơi không một người xa đợi
có căn nhà ta đâu đi hoài không tới
loang quanh giữa phố lạ quen chợt thấy ngậm ngùi

đêm ta trở về căn phòng thuê tháng tháng
ngó chữ viết buồn buồn nằm ngó gian nan
ta đi từ năm nao đến năm nay chắc ngán
nhưng tình vô tình nên vẫn lang thang

ta đi từ năm xưa thơ làm mốc thời gian
lòng xe cất nỗi buồn đêm đèo cao mưa xuống
khuya ghé lại cây xăng tìm ly cà phê uống
đời cũng có người lưu lạc như ta

hỏi xin chút lửa mồi điếu thuốc
kéo đỏ buồn nhau lúc đêm về
năm có bốn mùa còn ta một
đi và về đâu đó xa xa ./.

* Thơ Nguyễn Bắc Sơn

lạy tất cả

lạy tất cả một đêm nằm nghe lá
trở mình đâu thiên hạ tháng tư sâu
hun hút đó ba mươi lần như đã
là hôm qua chạy mất dấu đời nhau
sương muối trắng bờ biển đêm thành lạ
đi là đi không biết sẽ về đâu
từ khuya đó súng thành tàu anh thả
một lần thôi thân phận đá chìm sâu
tháng tư đó quê hương và đất nước./.

bài thơ lúc buồn hiu

đã đến lúc không thể đánh không thể đàm
không thể dối trá để thấy mình to mãi
chúng ta đã có vài trăm ngàn lãnh tụ
nhưng như thú cháy rừng!

mùa xuân đứa bé bị đem ra nướng
lãnh tụ má phính lù
cũng có tên mặt xương xương
thằng nào cũng đòi quyền sướng trước

dân khổ mặc dân
mà dân khổ thật!
từ thủ lãnh cha đến lãnh tụ con
móc lò đủ thứ
chỉ dân tôi no đủ!

ôi cái bánh vẽ to năm lần địa cầu
lãnh tụ bên nhà vẽ bằng cục than
"tủ lạnh" trên đường vẽ bằng "marker"
em bé ơi! còn gì sống đỡ

buổi tối buồn buồn anh dọt vào "net" nghe
than thở
ai sinh ra "World Wide Web" làm gì
để dân tôi loạn xứ quân:
cứ thấy chửi lia chia!

qua đèo San Marcos ở Santa Barbara

ta đã đợi lên đèo San Marcos
những đầu tuần ngắm một quả bình minh
cũng như đợi xuống đèo San Marcos
thứ sáu về ngắm một quả hoàng hôn

ở trên đó thấy trời cao cao quá
ngó dưới kia cụm biển đẹp vô ngần
thấy xứ sở mượn này bao năm sống
mộng rất gần sao vẫn lẳng lặng xa

ta đã sống qua thời cơm áo lạ
những thứ hai chiến mã vượt sơn hà
chiều thứ sáu xe tà tà qua núi
với đất trời bao nỗi một mình ta

ta vẫn đợi bên đèo khi xưa lớn
nào biết đâu đời lạc mãi quê người
lên xuống đó nặng lòng ta cố xứ
núi chống trời nào phải đá vô ưu./.

đứa bé Iraq

dưới chân em dầu hỏa
trên đầu em bạo hành
em lún sâu vào cát
dầu phun, nát ngày xanh./.

hiền chi lạ

1.
cũng muốn thương cuộc đời này lắm mà thương
không nổi thành ra tôi trốn nó lên núi ngồi
nghe chim
hiền chi lạ./.

2.
có lần em cho tôi ly cà phê đá
[gọi anh anh ạ] lúc thương người
nửa đời em cho ly bia lạ
buồn vui theo khí hậu hiên xa./.

lên bắc

anh lên bắc khi núi rừng nắng tắt
thời ngược xuôi chưa gặp chỗ chờ mong
đêm xa lộ đỏ dòng đời tối mắt
tiếng xe buồn, tiếng chim muộn, chờ không

anh cũng muốn có chỗ về để sống
mà lênh đênh hoài hết núi cùng sông./.

niềm riêng

anh không xin gì cả
chỉ chiếc võng toòng teng
có em chiều trên đó
đã ngủ yên thật hiền

rồi mở lòng muốn ngỏ
xanh đời giấc mơ tiên
em cuộn này chăn gió
là anh chút niềm riêng./.

Maryland

quán tối đi về đây east coast
bên ngoài tuyết lạnh đã vài hôm
sáng nay mưa đá đường đi học
chiều trở về em có cô đơn
quán tối vai kề vai nhập lại
mùa đông tuyết bải đã dâng đầy
xích lại gần nhau đêm sưởi đấy
tháng mấy bây giờ anh có hay./.

hỏi bao lần xuân ạ

của một chút Đà Nẵng và chút Huế
thì thuở xưa cha mẹ gặp nhau về
đèo mặc kệ và sông Hàn mặc kệ
thương rồi mà bỏ túi chuyện nhiêu khê

có một lúc theo em thành dâu bể
đổi giọng chơi, đủ thứ, cộng Bắc Kỳ
giờ nghe nói gì gì âm điệu Huế
chợt xanh lòng nên cũng kệ theo đi

của chút núi anh sáng về hướng núi
ngày lũng xa anh vượt dốc qua đèo
con chim nhỏ mải mê mùa vui tới
có khi nào nghỉ đợi bước tình theo

xa xôi nhớ anh nhìn trăng trên phố
đêm em buồn có nhìn phố nhớ trăng
đây với đó những đêm nằm nhớ bóng
hỏi bao lần em có nhớ anh không./.

Huế gần đây

“dạ” rất Huế - O của mình rất Huế
anh đi về - chân bên nọ - dính đây
mai mốt có quê hương đầy mắt nhớ
mây mùa thu - anh ngồi xuống - thổi bay
tóc của gió quấn hồn anh - thương khó
nhưng mà theo - O nhỏ ạ - tình theo ./.

xuống núi

đi, anh sẽ theo em xuống núi
mang, bài tình ca ngày đó giang hồ
sa mạc khô qua ngàn dặm nhớ
hai đầu con đường hai nỗi bơ vơ

khi lệnh hồ tiểu ca buồn uống rượu
sầu núi riêng chia thêm một miền
em lệnh hồ tiểu nương phường phố mượn
bầu, túi thơ, đầy riêng nợ riêng

đi, em sẽ theo anh bước tới
qua miền xa tay bút và tranh
thêm rượu ngon, thêm vầng nguyệt biếc
[tân lệnh hồ xung và nhậm doanh doanh]

đi, có ai đi cùng anh
(...)

bầu trời đó

bầu trời đó có khi lên khi xuống
có khi xanh mầu mắt của tình xanh
anh đã cất để dành khi em ốm
đầy trời buồn vui mắt hạnh tình anh
bầu trời đó bao năm thành ảo ảnh
tưởng thiên thu em bất chợt đi về
cho anh thấy như chút gì canh cánh
vui và buồn mắt hạnh của tình xanh
bầu trời đó có những đêm chưa ngủ
anh ngó lên tìm đủ ánh sao rồi
cũng muốn gởi đôi lời theo sáng tối
cho rạng ngời khuya mộng hạnh hoa ơi
bầu trời đó chỉ em và anh thấy
núp vào đây, thật khẽ, núp vào đây./.

tiểu muội

giả thử gọi em là tiểu muội
thuở giang hồ vặt có buồn không
vài năm lỡ chạy lên trên núi
rồi xuống đồng bằng thấy mênh mông

em đi qua phố đông người đấy
lỡ lạc chiều hôm quán xá vây
chẳng biết gần xa nhưng đành vậy
nhớ nhau thì gọi phone cầm tay

hình như rất lâu không quên đấy
những số mang theo bước giang hồ
mười năm cũng đủ ba lô nhớ
thì để nỗi buồn xưa hong khô

thì để qua bên tình đi lại
như giả thử thôi có ai ngờ
đây đó biết bao giờ em nhớ
như đêm mưa này anh nhớ em

đêm sâu

đêm điếu thuốc đường xa vui bầu bạn
mái hiên trăng khép mở một thiên đàng
anh đếm mộng chỉ còn dăm ba ngón
cũng đã vàng khói thuốc đợi sang trang./.

thu buông

anh cũng biết đi lên rồi đi xuống
và đứng đây có lúc cũng quay về
sao tội nghiệp như hàng cây gió cuống
lúc trông đường ngóng cổ hỏi thu buông./.

ở đây

ở đây tháng nắng thành thương đắng
chạy ngược tháng tư vướng mưa cuồng
thân ra biển xưa thôi đành mượn
hiên người mưa nắng ngậm ngùi thương./.

đứa bé nước tôi

tan hàng đất nước tan hoang
ngày em lớn thấy lệ tràn đỏ khăn
bụng thầm đói miếng cơm ăn
khẩu hiệu láo khoét đâm nhằm mắt đau ./.

đêm đầu núi nhớ

này trăng đứng đó bao nhiêu tuổi
nửa đêm đầu núi ngó chạnh lòng
đốt thuốc anh trông nào thấy bóng
bập bùng đêm lửa trại tình không./.

sao trong mắt

dẫu thế nào cũng hỏi
em về nhớ anh không
cho dầu mai mới nói
em nhớ anh vô cùng

trời mùa hạ sao đêm
có hay về trong mắt
những khi buồn em khóc
đôi vì sao long lanh

đã một lần anh nói
đâu cũng là cửa nhà
nhưng từ lúc em qua
anh chỉ còn một chốn

về mong ngày vui hơn
dẫu buồn em sẽ hỏi
có những tối cô đơn
nhớ gì -
sao trong mắt!

thằng bạn ấu thời

[Gởi hương hồn Lê Phước Thịnh]

bạn nhỏ một đời mang tên Phước
Thịnh theo sau sao lận đận hoài
sáng đi vào sở, tin mày chết
nhìn hình xưa lớp 7[1] trời ơi!

tao thấy đó trường Nam năm lớp nhất
mày hiền khô và cả lớp hiền khô
ngày nước đổ - thành tan hoang cả nước
những đời xưa sụp hết với ước mơ

sau chinh chiến nghĩ rằng rồi đỡ khổ
lộn tùng phèo nguyên cả nước bơ vơ
bỏ Đà Nẵng rồi về Nam mày chết
tin trời ơi, sáng này thật, như mơ./.

bất chợt thu sang

phải một lúc thu trăng về thu hát
để thu vàng thu lảng đảng thu đang
anh không biết nhưng cây vàng thêm lá
đây đó chiều như bất chợt thu sang./.

sớm mai Đà Nẵng thức

trong đầu anh còn tấm bản đồ thứ thiệt
những con đường khi chưa bị thay tên
có một hôm tình cờ em hỏi đến
thành phố hiền hiền đã hiện nguyên lên
anh vẽ ra con đường dài lê lợi
nào biết đâu cong một khúc giữa đời
dẫu biết qua quang trung về thêm chút
lê lai rồi ba đình đến gia long

nơi anh đã lọt lòng me thuở đó
rồi lớn lên như cây lá trên ngàn
như phạm may, xuân sơn và như phước
trung, lâm, hà, niệm, cu đí cu anh
trong đầu anh bước rất khẻ ngày xanh
sáng rón rén trở về thành mây trắng
mây lang thang như lòng anh canh cánh
vẽ những con đường chưa bị thay tên

của ngày xưa xanh trong đó còn nguyên! ./.

những đứa bé ăn xin
cuối năm vĩa hè Sài Gòn dị ứng đỏ

nghe chúng nó nói chuyện dưới đất trên trời
chuyện cái lăng và chuyện thiên đàng người
đứa bé mồ côi trên vĩa hè đất nước đi làm sao tới
khi chỗ nào cũng đỏ trò bịp bợm, quê hương tôi.

những ngày cuối năm đỏ cả nước lên thôi
cờ quạt bích chương xuống đường bên biểu ngữ
từ nửa nước bên này bị cướp đi thành đỏ dữ
mặt các em bé xanh, cả nước xanh lè
Tết chỉ để mà nghe./.

có một điều muốn nói

mười chín năm ta sống ở việt nam
đời khổ nhưng tàng tàng thí mẹ
thuở lớn cũng đi ra đi vô ngó qua nhà con bé
người nhà em nhìn ra anh chạy mẹ mất tiêu!

ngày anh bỏ phố đi mới biết thành phố đó có
triệu triệu điều yêu
trong điều ghét lớn lúc mình chạy đi, chúng
chụp
thành phố với những hàng kiền kiền xanh đứng
núp
bị chặt để trồng hoa sữa ơi trời!

mười chín năm ở đó anh mang lấy trong đời
nước biển nước sông những lần lỡ uống
khi tập bơi ở sông Hàn luống cuống
lúc bị sóng nhồi bãi biển quê hương

ngày anh bỏ đi mới biết triệu triệu điều thương
trong đôi mắt cuối đường ngóng mõi./.

có một ngày đau

đã đến lúc lộn tùng phèo bao tử
ruột và gan trộn quá khứ ngỗn ngang
anh đã biết em con trời đâu ngán
anh ngán gì thành từ đó tan hoang

qua năm tháng hôm nay nhìn trời đất
nỗi buồn vàng rớt chạm sáng cô đơn
rồi lững thững qua trưa làm mây ngó
xám buổi chiều gan ruột nhảy từng cơn./.

đã xa

đã qua rồi ổ gà của tuổi hai mươi
là lúc tôi em không còn trẻ nữa
vào quán kêu ly cà phê sữa
thuốc lá tập tành nhớ tháng năm trôi
chỉ mới đó thôi tuổi xanh qua vội
tuổi trẻ trên vai nặng vết thương rồi
sóng đẩy nhau đi nhưng còn muốn đợi
không được nên hoài vẫn bước ngựa tôi
đã qua rồi ổ gà của tuổi hai mươi
tôi ở nơi đây rộn rã phương người
ngày cũ vói cao như nhành khuynh diệp
như lá kiền kiền lặng lẽ sân chơi
đã qua rồi ngày vui em tôi./.

theo em học về

anh chạy lên những con đường thành phố
khuya chạy về theo xe của tóc xanh
mới đâu đó mà phố thành chia cắt
để con đường mỗi đứa một chiều quanh
em có ngóng như lòng anh trông ngóng
bỏ vườn xanh bông trắng chỗ quen gần
anh nam bắc những ngày trông đuối mắt
chỉ muốn về sao hết núi lại sông./.

chiều nhậu sảng

lúc đó ngồi mơ toàn chuyện lớn
trên cao, dưới thấp, chuyện giang hồ
buổi chiều Trung gọi thôi đi nhậu
tàng tàng về sớm, uống vui hơn

bây giờ mọi chuyện thành bé con
biển sông lui mất dô vài lon
hai thằng mới đó trăm năm sống
rớt đâu gần nửa cuối dặm mòn

ngó lại tình xa xôn xao quá
động mái hiên nhà em với con
một chỗ bao lâu anh ngồi ngó
chịu thôi như tình xanh, héo hon

buổi chiều hôm nay mơ chuyện nhí
lấp biển vá trời quên tạm đi
khi bình minh đến trên châu mỹ
cơm áo này - sẽ nhậu sảng khi./.

giữa Đà Lạt /... Nẵng

cũng nhận đại họ hàng cao nguyên đó
anh dân Đà [...] chỉ một nửa thôi em
mai có lúc chờ trông đôi mắt ngó
thì cho thêm một nửa chẳng ai phiền
giờ như trước núi sông tình rất rộng
đi khôn cùng chỉ người hẹp lòng thôi
thành ra núi vỡ dần sông biển sóng
người hãi người chết con mắt còn trông
anh sinh ở thành phố Đà [quên một]
chữ đàng sau giờ nhận đại phố mình
đà lạt dốc tình đi lên đi xuống
đà nẵng cãi tình đi xuống đi lên
như vậy đó tiểu sử này xin nộp ./.

nên từ đó bâng khuâng

"ngày hôm qua lang thang giữa trưa nắng cháy
anh bỗng thèm ly nước đá năm xưa"*
chỗ anh tìm về dẫu giờ nhỏ đấy
nhưng bao la trong trang giấy ai ngờ
những đêm thức không trăng sao qua thời tạm
bợ
qua sôi nổi thuở vào đời
buồn tủi lúc ra đi
anh như bánh mì khô nhúng nước
trôi vật vờ mảng đời ai biết đục trong
có những khi rơi rơi theo ngày tuyệt vọng
em chụp dính
lại sống còn
nên từ đó bâng khuâng./.

* Thơ Huỳnh Vũ Hoàng Tuấn

ngồi nhớ một tên

ngày xưa hiền khô giờ sao quá xá
lạng quạng đi về và sống như điên
nhưng anh biết có một điều bất biến
anh thương em,
sau trước vẫn còn nguyên :-)
dầu hôm nay tự nhiên anh lười biếng
bỏ việc không làm
ngồi nhớ một tên./.

coi đời ba chấm lửng

đường ta đi qua phước tuyên - suối đá
vẫn là hoa - ta thấy vẫn là hoa
đường ta đi - chốn xa - châu mỹ lạ
vẫn là hoa - tan tác - vẫn hoa mà
ta hôm nay vẫn là ta hôm qua
khác một chút, lè phè hơn em ạ
khác thêm chút đã coi đời rất lạ
bay tà tà, tình thả cứ việc xa

ta thấy ta chiều xỉn xỉn ngồi ca
căn nhà cũ - con và cha - nhớ quá./.

thơ viết sau lưng schematics

tôi vẽ sau lưng sơ đồ này một bữa
không thuở sống mơ hồ mà thơ nợ tình xa
đất đang tạm dung tháng mười ngày dậy lửa
em bị chận đường đi về tôi lạc lối lên thăm
thì thôi thứ năm, lật mặt sau tình thấm
bài thơ chen chân những đồ biểu khô cằn
tôi tặng trăm năm những giòng viết ngắn
hơn tận tụy cho đời mạch điện căm căm
đêm nay ngủ chỗ nằm quen tôi ngóng
ơi xa mà gần em nặng tình thân ./.

để mượn làm tin

anh biết nhà em qua google dẫn lộ
phía trước trồng hàng si số một số hai
có thêm đứa từ lâu đã dại
cũng muốn vượt đường dài, như em, những sớm mai
trái đất khi vui thành ra nhỏ tí
khi buồn bí xị hút hút con đường
cũng may google cho anh hai hướng
khi buồn và vui để mượn làm tin./.

đêm vùng hành quân

pháo diện địa đêm bắn đèn soi đất
thông điệp chung về chiến trận leo thang
đêm khum dưới poncho buồn hiu hắt
một điếu thuốc còn thơm khói bay ngang
đêm túc trực mưa động ngàn trút xuống
ướt hồn anh thơ ấu đến hai mươi
khuya câm lặng như núi rừng che dấu
những người thù người không thấy mặt nhau./.

giả thử một

giả thử một khi đất trời nhập lại
lời trên môi vui trong mắt em mời
anh sẽ đến dầu chân bao suối lội
chốt chống trời thì cũng vẫn vậy thôi
anh sẽ đến một chỗ ngồi cũ mới
đợi nụ cười của một thuở tình vui./.

một ngày bịnh giả

chưa có buổi sáng nào buồn như ngày nghe
cháy
và chưa có buổi sáng nào vui như thức dậy cầm
phone
gọi vào sở lộn xộn chơi - nghỉ bịnh

sáng nay mùa gió santa ana vẫn làm đời xính
vính
anh định nằm nhà [như bịnh] nhiều khi
nhưng mà bè bạn ơi đâu rồi
không có để đi
chơi cho hết một lần bịnh giả

nên anh lại ca bài tình ca con cá
lên đường - đến đây ngồi viết bài thơ

bởi đã đến lúc cơm cộng với áo không còn là
mơ!

một ngày nhớ chân đi

đây đâu phải chỗ ta ngồi để ngó
một lúc buồn hỏi nhỏ thuở tình lo
gần đến ngọ, thêm nửa ngày chán đó
muốn tung hê vì chân nhớ giang hồ
ta đã định đi một vòng quả đất
để tìm gì, ta chẳng biết tìm chi
trong thuở chán áo cơm đời bí xị
chỉ muốn đi quên chút chút buồn vì
đám cỏ trên đường chân nay vướng./.

năm năm

thì thôi năm năm thêm vài ngày nữa
trở lại từ đầu mình đã lạ nhau
anh đã biết cố quên mà thêm nhớ
đã không chờ lại mong ngóng ngày sau

em còn nhỏ như năm năm thuở trước
nôn nao anh tiếng điện thoại quen người
buổi trưa nắng chụm đầu trong góc quán
tay vẽ gì lòng tay nhỏ thương thôi

em năm năm có buồn vui nương náu
chở chuyên theo chúm chím miệng xinh cười
em năm năm có tình sau sao thấu
tháng hai về như nợ đó gì nhau

anh đã có những ngày dài thương nhớ
những cuối tuần trống vắng bước vào ra
những buổi tối nghe xe về qua ngõ
mong lời quen tiếng gõ rộn hiên nhà

nhưng năm năm niềm vui như tóc rối
có còn thương nên vướng vít đôi khi
đêm em chải tóc dài trên vai nhớ
những sợi buồn lạc lỏng có chia đôi

đêm thức dậy tháng ba này hiên gió
bảo rằng quên mà lại nhớ thêm thôi
anh đã thấm những ngày dài mắt ngó
lặng chờ gì với thăm thẳm mây trôi./.

cám ơn công viên

cám ơn công viên nằm trong thành phố
cứ coi như là hội ngộ rồi xa
ta đã đi qua và ta sẽ nhớ
ta đã đi gần rồi lại rất xa

để vài chục năm bạn bè và lớp
vẫn như mầu xanh trong mắt xưa xanh
để vài chục năm nhớ thầy, bè bạn
vẫn như thuở nao phấn trắng bay đầy

cám ơn công viên trưa này nắng quá
chợt thấy mầu xanh lúc gặp bay đâu
đứng ngó lẻ loi một mình có nhớ
đâu phải tình cờ chợt thấy bơ vơ

gặp lại mi tau giờ không sách vở
lẹ quá mới đây dài nợ đâu ngơ
bỏ tâm hồn mơ trẻ thơ xa quá
cùng nhau làm người lớn sợ chết cha

cám ơn công viên nhìn nhau trở lại
em tưởng trên trời lại xuống em bay
cứ coi lạ đi ngày khi em tới
đường chỉ tay đành chạy tuốt lên mây

tháng tư tháng năm bây giờ tháng mấy
anh về hỏi anh rồi biết hỏi ai
tất cả buồn vui từ khi gặp lại
một mẫu số chung mẹ kiếp sao già

thêm một chút riêng về cô đơn lạ
tí toáy thơ là như giấc mơ qua./.

ngày đó

hỏi. không dám. không thằng nào dám hỏi
nhưng nhận càng. con đẹp nhất. bồ tao
thuở mới lớn những ngày anh cà chớn
giờ quay lui coi bộ muốn lao đao

đó ngày tập làm thơ xong đem cất
chục năm sau đọc lại í cha trời
thơ con cóc dám làm cho con gái
tưởng thiên tài! bị tình bỏ theo ai

anh vẫn dại trong giòng thơ nay viết
ngó trăng lên trong nỗi nhớ mơ hồ
các em ơi xóm xưa còn nghe thở
lúc tình cờ đọc lại những giòng thơ

anh viết cho em, cho anh, tuổi nhỏ./.

đêm nhớ xóm xưa

thuở đứng ngó quê hương mình đâu đó
như thuở chờ nơi đất nọ nhiều năm
sau ngày Tết những tháng hai canh cánh
anh với em trơ trọi đó thôi đành

không có chỗ để quay về như ước
thì giang hồ [giả thử có tiền tiêu]
chiều đứng ngó bờ biển tây nhớ nước
muốn kêu to gió tạt đó quê người

thì nói nhỏ hai đứa ngày chân đất
nghe mùa xuân muốn tưởng thật nơi đây
anh đã vậy bao nhiêu năm ròng rã
nhớ hoài xa Tết của những chan hòa

hàng xóm, bạn bè, nhân dân tự vệ
cả tiếng chửi thề ôi nói sao đây
đêm nhớ xóm thuở anh xưa còn đấy
thức nỗi buồn giấu kỷ lại tìm vây

đêm nhớ xóm thuở anh xưa ngày Tết
cụng lai rai tay phải trái một mình
nhớ đâu đó, ngược về, nơi đây hứng
thất tình quê năm hết lại về năm

ngày vào đời trông núi

ta thấy núi như ngày ngươi thấy núi
đó trường sơn trơn trợt cố lên thôi
mùa mưa đến làng quê thui thủi với
lửa bếp kia ấm đỡ chút tay người
ta thấy núi như ngày người thấy núi
trên đồi xanh cây che khuất trời xanh
đêm trơn trợt giày saut đi chúi mũi
trực gác khuya thấy nhớ quá thị thành
tháng cuối năm trời hành cơn mưa lớn
bão theo sau lính tráng rét từng cơn
võng đã ướt đêm về thêm thấm lạnh
nỗi buồn xanh hứng nón sắt cô đơn

ta thấy núi mà không lần đi tới
tận đỉnh, hỏi trời sao có chiến tranh./.

một chỗ ngó ra

ta ngồi một chỗ ngó ra
đường gần cọng với đường xa: trung bình
ta ngồi một chỗ nhớ tình
tình hai đứa cọng thình lình: lớn đau
tình trước đó cọng tình sau
tưởng yên ngủ lại gọi nhau tìm về
người trước đó như sau hề
qua để lại đôi lời thề: cất chơi

khuya lần hồi nhớ ngược xuôi
em đâu biết, anh trời ơi, kiếm hoài ./.

11 tháng 4, 08

bỏ trường mà đi

Kiền kiền xưa chào tan hàng cố gắng
Những cành xanh... chào núi lũng thôn làng
Sót trong mắt một cột cờ đứng thẳng
Chút ngậm ngùi ngẩm vẽ mộng hô vang
Thôi chào em tuổi xanh trong vòm lá
Nắng đầu vai vướng vàng tóc ba phân
Lưng chừng núi hỏi ngày xưa xanh đã
Súng cầm tay chợt thấy mộng nay già

Anh đã bỏ trường đi như em bỏ
Chiều ngoái lui biết thương quá con phà
Ngày rã cuộc thành xa bao năm đó
Cứ chất chồng nỗi thương nhớ dằn co
Tối một tháng thấy trong mười hai tháng
Bần thần đêm mắt ngó đó quê đâu
Chiều hết đất tan hàng nơi Bến Đá
Dù tạt đau ngày rớt xuống thân ràu

Cứ biển mà đi biết đâu bờ bến./.

câu thơ của đoạn

thuở đó đi học hiền khô
vào đời chạy đạn bơ vơ rồi là
thí mẹ ra - loạn xạ ta
những ngày không một ai là gần hơn
câu thơ của đoạn tình buồn
ơi gan ruột thí mẹ luôn nửa đời
bây giờ thí mẹ mồ côi
không tổ quốc không cả tôi. chạy rồi./.

Jan 15, 2008

cây rừng tư lự

Tối nói chuyện về bài hát, về những lần "Bay Trên Quê Hương"* "tiếng cánh quạt buồn Huỳnh Nguyễn Thanh Tâm" bỗng nhiên lại nhớ đến tấm hình của đơn vị ở Trảng Bom, buổi sáng chuẩn bị theo trực thăng vào Xuân Lộc. Nhìn là thấy và nhớ đám bạn thân thương sống chết ngày nào. Những Chính, những Lệ, những Bạch Lan Thanh, những Trung Hậu... Những thằng con của Đại Đội 92, Tiểu Đoàn 9, Lữ Đoàn 1 Nhảy Dù. Ngủ không được nữa khi người bừng bừng như vừa uống hớp rượu, tôi viết bài thơ tặng em, tặng anh em bằng hữu thuở đó, đến bây giờ.

ta thấy ta về ngó cây rừng tư lự ở Trảng Bom
đêm rải quân sáng mai vào Xuân Lộc
đường bụi đỏ trực thăng sau lưng gió
tạt về đâu đôi mắt mẹ âu lo

ta thấy ta về với bè bạn nhỏ to
áo ngụy trang, ba lô, hồn căng gió
sáng Trảng Bom nghe Sài Gòn gọi nhỏ
anh gọi em mong ngày gió đưa về
ta thấy ngày dài dâu bể nhiêu khê
cơn sống chết treo cành cây cao ngó
đêm ngủ âu lo bên lòng hố nhỏ
tiếng đạn pháo thù vút nọ ầm to

đeo đuổi bọn ta những thằng rất nhỏ
mà có đứa gan bằng ông trời
ta thấy ta về nhớ quá bạn bè ơi
nghe gió nổi tháng tư thời thổi ngược./.

15 tháng 4, 2008

* Bay Trên Quê Hương – thơ NNA, nhạc Mai Đức Vinh, giọng ca Mỹ Ngọc

bài gởi lại Cỏ May

lúc nằm lại bên này cầu
mà bên kia đất đỏ mầu Phước Tuy
đường về đã vạn dặm khi
đường đi cũng vạn dặm vì đi đâu!

5 tháng 5, 2008

Mạ

Con cái gọi "bà già" nhưng má còn trẻ lắm
Đếm tới đếm lui ngoài tám chục hơn
Hơn nửa tá con [mà con thằng mất đất]
Đi từ thuở dưới hai mươi đã mấy chục năm hơn.

Lúc gặp lại má, "bà già" thành già thật
Nhưng mà con thương mạ những đêm trường
Tao nôi đó từ con qua em Dũng.
Và những đứa sau này, vậy... từ đó bâng
khuâng.

Khi ở chung "bà già" thời bỏ xứ
Đứa nào cũng "mạ ơi" lúc "tắt lửa tối đèn"
Xong rồi chạy đi đâu theo cuộc sống
Mạ buồn buồn ngó đào kép cải lương

Sáng nay con cũng buồn buồn như mạ lúc tha
phương./.

9 tháng 5, 2008

một ngày làm biếng

một ngày thức dậy sau cơn mộng
ngủ thấy gì đâu cứ phập phồng
nhà trống thứ hai còn sớm quá
nằm trông hay ngủ nướng đều mong

một ngày thức dậy nay làm biếng
gác chân mà nhớ thuở còn nhau
em gối tóc xanh xanh thơm ấy
mặc đời này mặc luôn mai sau

còn anh thì mặc cha thiên hạ
ngồi đó phun ra chuyện cửa nhà
đời ta ta có em trong túi
em đường xa em líu lo ca

một ngày thứ hai ngày làm biếng
nhớ chuyện cà phê ngó nhau điên
dăm câu phù phiếm ai rao kiếm
để chuyện văn chương chết cha phiền

một ngày thức dậy thiên niên nắng
ngu ngơ thầm hỏi vẫn y nguyên
em chân sáo ấy bên thềm vắng
nhón gót tìm anh [nhớ hay quên]./.

5 tháng 5, 2008

Thay Lời Bạt

Tôi khoái NNA vì những điểm giống, khác nhau & những linh tinh sau đây:

1. cũng như tui, NNA trước nhất là một người lính, và là lính... Dù nữa.
2. cũng như tui, NNA Dù gặp Dù là có thể khề khà nguyên chai, cưa hai càng đỡ... tốn. Người ta mà gặp tui và NNA ngồi cùng sẽ có cảm giác gặp hai trự, "anh hùng thất thế, đế Kim Dung" - mở ngoặc, đế ở đây hổng phải là rượu đế - làm mất mẹ nó nước, lấy đâu đế, hay nước mắt quê hương mà nhậu - Đế ở đây là vua, nghĩa là... nói vua nói tướng chiện Kim Dung (hổng kể NNA ăn bứt tui, có rất nhiều thơ về nhân vật Kim Dung, nữ nhiều hơn nam, và các nhân vật nữ ấy phần nhiều đều vật hai thằng nam là NNA và tui, dù có là lính Dù, đại hiệp, tiểu hiệp gì cũng... ô hô, ai tai!
3. cũng như tui, NNA ít mầy mò... người ta, mà hay sờ soạng... máy móc (cả PC lẫn laptop).
4. cũng như tui, NNA có lưu ý về chiện xuống, lên (núi), xuống, lên (trời) dù hai thứ khác biệt, núi là để ẩn cư, còn cõi trời thì vất vả vì nhiều vua lắm chúa lắm.
5. tui thỉnh thoảng có mần thơ ở đời, còn NNA là một đời làm thơ.
6. thơ tui làm chỉ lăm le tán... vợ, còn NNA hổng làm thơ tán ai hết (mặc dù có thể có đờn bà con gái đến với NNA vì thơ NNA).
7. và sau hết, tui gặp NNA chưa hề thấy là mình gặp một thi sĩ (như thỉnh thoảng tui có gặp những người chưa nói một câu đã hiểu là mình đang đứng trước một thi sĩ... thứ dữ - cái này chắc NNA và quí vị cũng có thể có kinh nghiệm như tui.

Có thể kể thêm nữa, nhưng con số 7 là con số the best của đạo dịch (tương tự như con số 6, 9 ở đời thường dzậy), nên tui xin ngưng ở đây. Còn ai muốn thêm hay bớt xin tùy nghi, tùy hỉ.

Lệnh Hồ Tiểu Ca

Mục Lục

1. Thay Lời Tựa
2. Dương Nổ
3. thằng nào nói “hận đàn bà”
4. anh nợ em một lời xin lỗi
5. 2020 Đà Nẵng
6. Quê hương
7. Tranh Nguyễn Hữu Thời
9. Chẳng lẽ
10. để thở, anh làm thơ
11. mơ
12. tầm xa cũ tọa độ xưa
13. bài lục bát thứ hai năm 2019
14. Tháng hai mưa rớt
15. con lính miền xa
16. Sài gòn đường cũ Hồng Thập Tự
17. ngồi nhớ quán, quán đường Yên Bái
18. bài thơ cũ [trời ơi]
19. nhớ một tờ thư xanh
20. sáng nhìn hình bé con ở An Lộc
21. bài thơ sau 30 tháng 4, 2017
22. một bài không tên
23. Gardena
24. hai đứa hai nơi
25. từ Irvine nhớ về Sài gòn
26. trở lại đường Gia Long Đà Nẵng
27. mở cho anh một chai bia
28. chào Việt Nam
29. nửa đêm
30. thấy chưa quê nhà
31. về phép má cho thằng con
32. đọc thơ thời chiến miền Nam
33. TrCiVi
34. buổi trưa gọi tình
35. lại gần
36. con mắt đêm qua
37. Cẩm Vân
38. những ngày em gọi
39. ngày em còn học Nguyễn Hiền
40. lạ
41. đâu vườn dừa xanh lá
42. nhà cũ đường Gia Long cũ
43. một ngày mưa
44. lang thang đường chợ cũ Đống Đa
45. mẹ
46. cà phê Khúc Thụy Du
47. chiều đút cơm cho mẹ
48. chiều mưa một mình
49. buồn buồn
50. bài gửi V. Đà lạt
51. cứ tì tì rượu tôi vô

52. địa chỉ ở Sài Gòn
53. dù đã lạc núi sông
54. gặp lại dì út ở Nha Trang
55. giả thử
56. hai cái thẻ bài nay còn một
57. Hello Sài Gòn
58. mỗi bên chân trái đầu ngày
59. lạc chợ trôi sông
60. mẹ cánh đồng gặt không còn lúa
61. thứ sáu trước ngày Labor Day
62. bia mà lúc uống một mình
63. một người già trong chung cư
65. bài tính trừ hơi khó
66. hỏi vân cố xứ xa gần
67. bạn bè cứ rớt như mùa lá
68. bia vô ngày họp lớp ở đà nẵng
69. buồn
70. Mother's Day
71. những ngày giữ "chốt mẹ tôi"
72. gọi em là mây cố xứ
73. một ngày
74. bài thơ tên chưa có tặng con
75. ở hai đầu mười ngàn dặm
76. qua cầu Cỏ May Phước Tuy 2018
77. sáng nghe đích thân ung thư dí
78. ta hỏi lòng ta khi rời đất nước
79. bây giờ chữ nước tôi ơi
80. những ngày biết đá trái banh
81. em từ đất nước đi ra
82. mẹ của ngày mất trí nhớ
83. đi từ xóm nhỏ đi ra
84. mây ở Torrance
85. bài thơ gửi huỳnh hương
86. trịnh thị
87. trốn một ngày bá thở
88. tháng 4, 2019 đọc "Út Bạch Lan"
89. thức dậy Virginia
90. tình cờ thấy hình Sàigòn trước 1975
91. uống rồi nhớ tiếng gọi đâu Sàigòn
92. nhắn
93. vết thẹo hôm qua
94. xưa đó
95. một bài thơ ngày cũ
96. những thằng con chấp hết
97. ngày nhà binh ký sổ nợ
98. trời mưa phỏng vấn việc tôi
99. tin Huế lụt qua email
100. khuya thức dậy nhớ ngày sinh nhật
101. xuôi nam
102. Hoàng Quốc Trung, bài giã biệt
103. Xuân Lộc
104. ngày dài nhau mắt ngó

105. Gởi Trung Hậu, tháng tư nhau
106. Huỳnh Thạch
107. gởi xa Đất Đỏ Phước Tuy
108. đêm thức đọc “can trường trong chiến bại”
109. thơ một bài không tên
110. ngày mai là Thanksgiving
111. chiều nay ta buồn
112. tháng mười sớm
113. hình cũ đường Gia Long
114. hỏi nhỏ
115. thousand oaks
116. đầu ngày
117. một ngày đi xuống
118. buồn câu vọng cổ
119. chiều, một chỗ
120. bài thơ này anh tặng
121. có một lần tôi sống
122. ôn bài cho phỏng vấn
123. buổi sáng một ngày
124. hỡi bà tiên hiền
125. bài lai rai
126. chợt phiền giấc mơ
127. một nửa Huế tôi
128. San José
129. một buổi
130. give me a huge
131. đứng lại, quay ngó, Houston
132. phố trong trí nhớ
133. bài gởi lại bàn tay
134. bài cho phè lì cồ
135. sáng nghe Hoàng Oanh “nửa đêm biên giới”
136. cậu và cháu
137. tạ ơn nắng hạ
138. trời hôm nay
139. gởi tặng lại bài thơ
140. trưa ngồi mơ
141. bây giờ
142. trốn vào câu thơ
143. trốn vào giấc mơ em
144. bài thơ dại
145. buổi sáng mẹ
146. trở lại căn nhà
147. về với mẹ cha
148. trong lòng
149. qua sông bá thở Phước Tuy
150. đá đổ mồ hôi
151. mai ngày đầu một tháng
152. vô cùng thu đó [nhậu với đích thân Bình Dân quán]
153. sáng nghe tin Virginia
154. đêm đọc thơ Nguyễn Bắc Sơn chợt nhớ thời Nam Bắc
155. lạy tất cả
156. bài thơ lúc buồn hiu

157. qua đèo San Marcos ở Santa Barbara
158. đứa bé Iraq
159. hiền chi lạ
160. lên bắc
161. niềm riêng
162. Maryland
163. hỏi bao lần xuân ạ
164. Huế gần đây
165. xuống núi
166. bầu trời đó
167. tiểu muội
168. đêm sâu
169. thu buông
170. ở đây
171. đứa bé nước tôi
172. đêm đầu núi nhớ
173. sao trong mắt
174. hằng bạn ấu thời
175. bất chợt thu sang
176. sớm mai Đà Nẵng thức
177. những đứa bé ăn xin cuối năm vĩa hè Sài Gòn dị ứng đỏ
178. có một điều muốn nói
179. có một ngày đau
180. đã xa
181. theo em học về
182. chiều nhậu sảng
183. giữa Đà Lạt /... Nẵng
184. nên từ đó bâng khuâng
185. ngồi nhớ một tên
186. coi đời ba chấm lửng
187. thơ viết sau lưng schematics
188. để mượn làm tin
189. đêm vùng hành quân
190. giả thử một
191. một ngày bịnh giả
192. một ngày nhớ chân đi
193. năm năm
194. cám ơn công viên
195. ngày đó
196. đêm nhớ xóm xưa
197. ngày vào đời trông núi
198. một chỗ ngó ra
199. bỏ trường mà đi
200. câu thơ của đoạn
201. cây rừng tư lự
202. bài gởi lại Cỏ May
203. Mạ
204. một ngày làm biếng
205. Thay Lời Bạt

www.ingramcontent.com/pod-product-compliance
Lightning Source LLC
LaVergne TN
LVHW101131250826
846485LV00001B/4

* 9 7 8 1 9 8 9 9 2 4 8 7 7 *